சுயம்வரம்

விந்தன்

Title: Suyamvaram

Author: Vindhan

Language: Tamil

First Published on: 2001

Year of Publication: 2024

Book Format: Paperback

*Page Size: 6inch * 9inch*

Category: Fiction

Subject: Novel

No. of pages: 170

ISBN: 978-81-983966-0-0

Published by: Nilan Publishers, Madurai, Tamilnadu, India

பொருளடக்கம்

‘சுயம்வர’த்துக்கு முன்னால்.....4
சுயம்வரம்.....9
அத்தியாயம் : 1.....9
அத்தியாயம் : 2.....14
அத்தியாயம் : 3.....23
அத்தியாயம் : 4.....30
அத்தியாயம் : 5.....40
அத்தியாயம் : 6.....49
அத்தியாயம் : 7.....56
அத்தியாயம் : 8.....64
அத்தியாயம் : 9.....72
அத்தியாயம் : 10.....81
அத்தியாயம் : 11.....89
அத்தியாயம் : 12.....98
அத்தியாயம் : 13.....106
அத்தியாயம் : 14.....114
அத்தியாயம் : 15.....121
அத்தியாயம் : 16.....136
அத்தியாயம் : 17.....141
அத்தியாயம் : 18.....151
அத்தியாயம் : 19.....158
அத்தியாயம் : 20.....163

குறிப்புகளுக்காக

‘சுயம்வர’த்துக்கு முன்னால்

கொஞ்சம் ‘சுய விளம்பரம்’

இந்த விளம்பரம் எனக்குப் பிடிக்காத ஒன்றுதான் ஆயினும் என்ன செய்வது? நீங்கள்தான் இப்போதெல்லாம் விஷயத்துக்கு முக்கியத்துவம் கொடுப்பதைவிட விளம்பரத்துக்கு முக்கியத்துவம் கொடுக்க ஆரம்பித்து விட்டீர்களே!

‘எழுத்தாளர்’ என்றால் முன்னெல்லாம் எழுதாவிட்டால்கூட ஒரு கதர் ஜிப்பாவைத் தைத்துப் போட்டுக் கொண்டு விட்டால் போதும்; உடனே நீங்கள் அவரை எழுத்தாளர் என்று ஒப்புக்கொண்டு விடுவீர்கள். இப்போது அப்படியில்லை; நீங்கள் ஒருவரை எழுத்தாளர் என்று ஒப்புக் கொள்ள வேண்டுமானால் அந்த எழுத்தாளர் என்னவெல்லாம் செய்யவேண்டியிருக்கிறது!

முதலில் அவர் ‘ஹிப்பி’களைப் பின்பற்றி முடி வளர்க்க வேண்டியிருக்கிறது; அப்படி வளர்த்த முடியை அவர் விதம் விதமாக அலங்கரித்துக் கொள்ள வேண்டியிருக்கிறது. அதற்குப் பின் அவர் விதம் விதமாகச் சட்டை தைத்துப் போட்டுக் கொள்ள வேண்டியிருக்கிறது; அந்த விதம் விதமான சட்டைகளுடன் விதம் விதமான போஸ்களில் படம் எடுத்து, விதம் விதமான பத்திரிகைகளில் அவற்றை வெளியிடுவதற்கு வேண்டிய ஏற்பாடும் செய்யவேண்டியிருக்கிறது!

இவை மட்டுமா? விதம் விதமான பெண்களுடன் வேறு அவர் ‘உலா’ வர வேண்டியிருக்கிறது; தன்னால் முடியாவிட்டாலும் வேறு யாருடைய செலவிலாவது வீட்டுக்கு ஒரு டெலிபோனும், போக்குவரத்துக்கு ஒரு காரும் அவசியம் வைத்துக்கொள்ள வேண்டியிருக்கிறது!

இத்தனையும் இல்லாத ஒருவன் என்னதான் எழுதிக் கிழித்தாலும் நீங்கள் எங்கே அவனை எழுத்தாளன் என்று மதிக்கிறீர்கள்? நீங்கள் எங்கே 'எழுத்தாளன்' என்று ஒப்புக் கொள்கிறீர்கள்?

இந்த லட்சணத்தில் இது 'விளம்பர யுக'மாக மட்டுமல்ல, 'கவர்ச்சி யுக'மாகவும் இருந்து தொலைகிறது.

இந்த யுகத்தில் 'எழுத்துக் கவர்ச்சி'யைத் தவிர வேறு எந்தக் கவர்ச்சியும் இல்லாத நான், இருந்தாலும் அவற்றையெல்லாம் அன்றிருந்து இன்றுவரை அடியோடு வெறுத்து வந்திருக்கும் நான், இப்போதுதான் 'எவ்வளவு பெரிய தவறு செய்து விட்டோம்?' என்பதை உணர்கிறேன். உணர்ந்து, எனக்காக மட்டுமல்ல, உங்களுக்காகவும் வருந்துகிறேன்.

போகட்டும்; நடந்ததை மறந்து நிகழ்ந்ததைக் கொஞ்சம் கவனிப்போமா?...

என் வாழ்க்கையில் 1946-ம் ஆண்டை நான் சிறப்பான ஆண்டு என்று சொல்ல வேண்டும். அந்த ஆண்டில்தான் தமிழ்நாடு அரசினர் முதன்முதலாக அளிக்க முன்வந்த சிறுகதைகளுக்கான பரிசை நான் முதன் முதலாகப் பெற்றேன். அதைத் தொடர்ந்து வெளியான 'பாலும், பாவையும்' என்ற நாவல் மக்களின் பேராதரவைப் பெற்று, அந்த ஆதரவு வேறு எந்த நாவலுக்கும் இல்லாத அளவுக்கு இன்றுவரை நீடித்து நின்று வருகிறது.

அந்த நாவல் வெளியான காலம் 'சாகித்திய அகாடமி' என்ற ஓர் அமைப்பு தோன்றாத காலம். தோன்றியிருந்தால், 'பாலும் பாவையும்' கூட அந்த நாளிலேயே அது அளிக்கும் பரிசைப் பெறும் தகுதியை முதன்முதலாகப் பெற்றிருக்கலாம்.

‘மக்களின் தீர்ப்பே மகேசன் தீர்ப்பு’ என்று சொல்லப் படுவது உண்மையானால், அதன் தீர்ப்பு மட்டும் வேறு விதமாகவா இருந்திருக்கப் போகிறது?

அது மட்டுமல்ல; ‘திறமான புலமையெனில் வெளிநாட்டார் அதை வணக்கம் செய்தல் வேண்டும்’ என்று சொல்லிவிட்டுப் போனான் பாரதி. அந்தப் புலமையை என் கதைகளிலும் கண்டதால்தானோ என்னவோ, அவற்றில் பல இந்திய திராவிட மொழிகளில் மட்டுமல்ல; உலகமெங்கும் உள்ள பல முற்போக்கு நாடுகளில் பல அயல்நாட்டு மொழிகளிலும் மொழிபெயர்க்கப்பட்டுள்ளன.

இந்த நிலையில் ‘பாலும் பாவையும்’ என்ற நாவலைத் தொடர்ந்து பல நாவல்கள், பல சிறுகதைத் தொகுப்புகள், பல கட்டுரைத் திரட்டுகள் எல்லாம் வெளிவந்திருக்க வேண்டும்.

வரவில்லை - ஏன்?

காரணம் வேறு யாருமல்ல; நானே!

‘ஏதோ ஏதோ ஒரு மயக்கம்’ என்கிறார்களே, சினிமாவில் வரும் காதலர்கள் - அப்படி ஒரு மயக்கம் அடியேனையும் அந்நாளில் ஆட்கொண்டது. அதன்காரணமாகப் பல வகைகளில் எனக்குக் ‘கற்பகத் தரு’வாக இருந்து வந்த ‘கல்கி அலுவலக’த்தை விட்டு, கல்கி அவர்கள் எச்சரித்தும் கேளாமல் விலகினேன்.

நடக்கக்கூடாத இது நடந்தது 1951-ம் ஆண்டில்.

அப்போது ‘சுத்த சுயமரியாதை வீர’னாக இருந்து வந்த நான், இப்போது சில இடங்களில், சில விஷயங்களில் அட்ஜஸ்ட் செய்துகொண்டு போவதுபோலப் போயிருந்தால் நானும் மற்றவர்களைப் போல சினிமா உலகிலும் பிரகாசித்திருக்கலாம். அந்த ‘புத்தி’ அப்போது இல்லாததால்

அதிலிருந்தும் விலகி, சுதந்திர எழுத்தாளனாக இருந்து 'சுடர்' விடப் பார்த்தேன். நான் விட முயன்றாலும் என்னை விட விரும்பாத சுயமரியாதையோ அதற்கும் குறுக்கே நின்று தொலைந்தது.

'இதெல்லாம் எதற்கு, சொந்தமாக ஒரு பத்திரிகையே நடத்திப் பார்த்துவிடுவோமே? என்று 1954-ம் ஆண்டில் 'மனித'னை ஆரம்பித்தேன். மக்கள் ஆதரவு அதற்கு அமோகமாக இருந்தும், விற்பனையாளர்கள் செய்த 'சத்திய சோதனை'யாலும், அந்தச் 'சத்திய சோதனை' யிலிருந்து அவ்வப்போது மீள்வதற்கு வேண்டிய பொருளாதார வசதியோ, மீட்பதற்கு வேண்டிய நண்பர்களோ இல்லாததாலும் அதுவும் பிறந்த ஓராண்டு காலத்துக்குள்ளேயே பிராணனை விட்டுவிட்டது.

இதனால் எனக்கு நேர்ந்த இழப்புகளிலெல்லாம் மிகப் பெரிய இழப்பு, என்னுடைய நீண்ட நாள் நண்பரும், ஸ்டார் பிரசுரத்தின் உரிமையாளருமான திரு. ராமநாதனின் நட்பை நான் இழந்ததாகும்.

அதற்குப் பின் எத்தனையோ பிரசுரகர்த்தர்கள், எத்தனையோ பிரசுரங்கள் - ஒன்றும் உருப்படியாக வரவில்லை. வந்தாலும் அவை புத்தக உலகில் நீடித்து நிற்க அந்தப் புண்ணியவான்கள் விடவில்லை.

இந்தக் 'கசப்பான அனுபவங்க'ளுக்குப் பிறகு, நான் இப்போது மீண்டும் நண்பர் ராமநாதன் அவர்களுடனும், ஸ்டார் பிரசுரத்துடனும் தொடர்பு கொண்டுள்ளேன். அந்தத் தொடர்பின் முதல் நூலாக இந்த 'சுயம்வரம்' என்ற நாவல் வெளியாகியிருக்கிறது. இது 'டீன் ஏஜர்'ஸுக்காக எழுதப்பட்ட நாவல்தான் என்றாலும், இதில் வரும் 'ஆனந்த'னைப் போலவோ, 'அருணா'வைப் போலவோ வேறு யாரும் ஆகிவிடக் கூடாது என்பதே என் விருப்பம்.

உங்கள் விருப்பமும் அதுவாகத்தான் இப்போதும் இருக்கும் என்பது என் நம்பிக்கை.

பெண்களைப் பல வகைகளிலும் ‘தெய்வ’மாகப் போற்றி வந்தது இந்த நாடு; ‘மாதர் தம்மை இழிவு படுத்தும் மடமையைக் கொளுத்துவோம்’ என்று பாரதியைப் பொங்கியெழுந்து பாடச் செய்தது இந்த நாடு. அப்படிப்பட்ட நாட்டில் பெண்களை வெறும் ‘போகப் பொருள்’களாகக் கருதி, அவர்களுடைய பெயர்களுக்குப் பின்னால் ஒளிந்துகொண்டும், ஒளிந்து கொள்ளாமலும் சில ஆண்கள் கவர்ச்சிக்காக, வயிற்றுப் பிழைப்புக்காக எழுதும் கதைகள். அவற்றை கூசாமல் வெளியிடும் ஏடுகள்...

கண்ணராவி, கண்ணராவி!

அதைவிடக் கொடுமை அம்மாதிரி கதைகளைத்தான் நீங்கள் விரும்பிப் படிக்கிறீர்கள் என்று அவர்கள் சொல்வது!

அந்த ரகத்தில் சேராத இந்த நாவலை அவர்கள் சொல்லும் ‘டீன் ஏஜர்’ஸாரும் படிக்கலாம், ‘டீன் ஏஜர்ஸ்’ அல்லாதவர்களும் படிக்கலாம். படித்துவிட்டுத் தங்கள் கருத்தை எனக்கு எழுதவும் எழுதலாம்.

இந்த நூலைத் தொடர்ந்து என்னால் எழுதப்பட்டுள்ள மற்ற நூல்களும் வெளியாவது நண்பர் ராமநாதனின் கையில் மட்டும் இல்லை; அது உங்கள் கையிலும் இருக்கிறது.

இப்போதைக்கு ‘இது போதும்’ என்று நினைக்கிறேன்; மற்றவை பின்னர்.

வணக்கம்,

விந்தன்.

சுயம்வரம்

அத்தியாயம் : 1

**எங்களுக்கு நாங்களே நிச்சயித்த
வண்ணம் நடந்த திருமணத்திற்கு...**

காலைச் சாப்பாடு முடிந்து, சிற்றுண்டி வேளை நெருங்கிக் கொண்டிருந்தது. உத்தியோகத்திலிருந்து ஓய்வு பெற்றதன் அறிகுறியாகவோ என்னவோ, சாய்வு நாற்காலியில் சாய்ந்தபடி, அன்றைய நாளிதழைப் புரட்டிப் பார்த்துக் கொண்டிருந்தார் சம்பந்தம்.

கீழே உட்கார்ந்து ஏதோ ஒரு வாரப் பத்திரிகையைப் படித்துக் கொண்டிருந்த அவருடைய 'பட்ட மகிஷி' சாரதாம்பாள், இருந்தாற்போல் இருந்து 'குபீ'ரென்று சிரித்தாள்.

'என்ன விஷயம்?' என்றார் சம்பந்தம். தம் கையிலிருந்த நாளிதழை மடித்துக் கீழே வைத்துவிட்டு.

"இந்த 'ஜோக்'கைப் பார்த்தீர்களா? யாரோ ஒருத்தி கையில் ஸ்வீட்டுடன் திடீரென்று உள்ளே நுழைந்து பிள்ளையைப் பெற்ற ஒருவரை நெருங்கி, வாயைத் திறங்க; ஸ்வீட் போடறேன் என்றாளாம்; 'யாரம்மா, நீ? எதற்காக என் வாயில் ஸ்வீட் போடப் போகிறாய்?' என்று அவர் ஒன்றும் புரியாமல் கேட்டாராம்; நான்தான் உங்கள் மருமகள்; எனக்கும் உங்கள் பிள்ளைக்கும் நேற்றுத்தான் ரிஜிஸ்தர் ஆபீசில் கலியாணம் நடந்தது. அவர் வெட்கப் பட்டுக்கொண்டு வெளியே நிற்கிறார் என்றாளாம் அவள்" என்று, தான் படித்துச் சிரித்த ஜோக்கை அவருக்குச் சுட்டிக் காட்டினாள் அவள்.

"நடக்கும், நடக்கும்; இந்தக் காலத்தில் எதுதான் நடக்காது? எல்லாம் நடக்கும்" என்று சொல்லி அவர் வாயை

மூடுவதற்குள், அவருடைய ஒரே மகனான மாதவன் யாரோ ஒரு பெண்ணுடன் மாலையும் கழுத்துமாக வந்து அவர் காலடியில் விழுந்து, "இன்று காலையில்தான் நாங்கள் திருநீர்மலையில் கலியாணம் செய்துகொண்டோம், அப்பா எங்களை ஆசீர்வதியுங்கள்!" என்றான் சிரம் தாழ்த்தி.

அவரோ ஆசீர்வதிப்பதற்குப் பதிலாகச் சாபம் கொடுப்பவர்போல் துள்ளி எழுந்து, "என்ன துணிச்சலடா, உனக்கு? யார் இவள்?" என்று கத்தினார்.

"ஏற்கெனவே நான் சொன்ன அதே மதனாதான் அப்பா, இவள்! 'டெலிபோன் ஆபரேட்ட'ராக வேலை பார்க்கிறாள்!" என்றான் மாதவன்.

"ஒகோ இனி உனக்கு அப்பாவும் வேண்டாம், அம்மாவும் வேண்டாம் - மதனா இருந்தால் போதும்; அப்படித்தானே?"

"போதாது, அப்பா கணவனும் மனைவியும் வேலை பார்க்கும் ஒரு குடும்பத்தில் உங்களைப்போல் ஒரு வேலையும் இல்லாத பெரியவர்களும் உடன் இருப்பதுதான் நல்லது!"

"ஏன், வீட்டைக் காக்கும் நாயாக இருக்கவா? இல்லை, கூர்க்காவாக இருக்கவா?"

"இரண்டில் எதுவாகவும் இருக்க வேண்டாம், நீங்கள் ஏற்கெனவே இருந்ததுபோல் எனக்கு அப்பா - அம்மாவாகவும், என்னைக் காதலித்து, கலியாணமும் செய்து கொண்டு, எனக்கு இல்லத்தரசியாகவும், உங்களுக்கு 'இனிய மருமக'ளாகவும் வந்திருக்கும் இவளுக்கு நீங்கள் மாமனார் - மாமியாராகவும் இருந்தால் போதும்!" என்றான் பையன் படுசமர்த்துடன்.

இதைக் கேட்டதுதான் தாமதம்; "இருப்பேன்டா, இருப்பேன் இன்றைக்கு அடுப்படி ஆளாயிருந்து, நாளைக்கு அழுகிற

பிள்ளையைத் தூக்கி வைத்துக்கொள்ளும் ‘ஆயா’வாக என்னை இருக்கச் சொல்கிறாயா, நீ அதெல்லாம் என்னிடம் நடக்காது!” என்றாள் சாரதாம்பாள் குறுக்கே பாய்ந்து.

“நீங்கள் சொன்ன நீலாவை நான் மணந்து கொண்டிருந்தால் நீ அடுப்படிக்கு அதிகாரி, அழுகிற பிள்ளைக்குப் பாட்டி. இல்லையென்றால் அடுப்படி ஆள்; அழுகிற பிள்ளைக்கு ஆயா! அநியாயம் அம்மா, அநியாயம்!” என்றான் அந்த ‘ஹீரோ’, அம்மாவின் பக்கம் திரும்பி.

“இனி அவனுடன் என்னடி, பேச்சு? நீ வா, இந்தப் பட்டணத்துக்கே ஒரு முழுக்கைப் போட்டுவிட்டு நம்முடைய கிராமத்துக்கு நாம் போய்விடுவோம்!” என்று அன்றே மூட்டையைக் கட்டிவிட்டார் சம்பந்தம்.

மாதவன் என்னும் அந்த ‘மாபெரும் லட்சியவாதி’ அவரைத் தடுக்கவில்லை. தடுக்காததோடு மட்டுமல்ல; “காலையில் நடந்த கலியாணத்தைத்தான் கூட இருந்து நடத்தி வைக்கவில்லையென்றால், இரவு நடக்கப்போகும் ‘சாந்திக் கலியாண’த்தையாவது உடனிருந்து நடத்தி வைக்கக் கொடுத்து வைத்திருக்கக் கூடாதா, அவர்கள்? பாவம்! ஐயோ, பாவம்!” என்று அவன் அவர்களுக்காக இரங்கிக் கொண்டே, மதனாவின் தலையிலிருந்த மல்லிகை மொட்டுக்களில் ஒன்றை எடுத்து முகர்ந்து பார்த்தான்.

‘சாந்திக் கல்யாணம்’ என்றதும் முகம் சிவந்த மதனா, “ஐயே! மூஞ்சைப் பாரு மூஞ்சை!” என்றாள் பட்டிக்காட்டுப் பெண்ணைப் போல ஒரு முறுக்கு முறுக்கி நின்று.

“இன்னுமா உன் மூஞ்சியையே பார்த்துக் கொண்டிருக்கச் சொல்கிறாய் என்னை? இப்படி வா!” என்று கதாநாயகியின் கையைப் பற்றினான் கதாநாயகன்.

"ரொம்ப அழகாய்த்தான் இருக்கிறது, கையை விடுங்கள்!" என்று அவன் பற்ற வந்த கையை உதறியெறிந்தாள் அவள்.

"என்னடியம்மா, உனக்கு 'காதல் இல்லாமல் கலியாணமா?' என்றாய். காதலித்தோம்; கலியாணமும் செய்து கொண்டோம். இப்போது 'ஊடல் இல்லாமல் கூடலா?' என்கிறாயா? இல்லை, பால், பழம், பட்சணம், பட்டு மெத்தை, பூச்சரம், தொங்கும் கட்டில், புகையும் நறுமணம், புகையாத அத்தர், புனுகு - இதெல்லாம் இல்லாமல் 'சாந்திக் கலியாண'மா என்கிறாயா? அப்படியென்றால் இரு; இதோ, நானே போய் அதற்கு வேண்டிய ஏற்பாட்டைச் செய்துவிட்டு வருகிறேன்!" என்று அவன் சிட்டாய்ப் பறந்தபோது, 'களுக்'கென்ற சிரிப்பொலி அவனுடைய காதில் விழுந்தது.

திரும்பிப் பார்த்தான்; உதட்டைக் கடித்த மதனா கடித்த சுவடு தெரியாமல், "வவ்வவ்வவ்வே!" என்று அவனுக்கு 'அழகு' காட்டினாள்!

அன்றிரவு; 'சாந்திக் கலியாண'த்துக்கு வேண்டிய ஏற்பாடுகளையெல்லாம் செய்து முடித்துவிட்டு, 'அப்பாடா!' என்று பட்டு மெத்தையின்மேல் சாய்ந்தான் மாதவன்.

அப்போது 'கும்'மென்ற மல்லிகை மணத்துடன் சர்வாலங்காரதாரியாக அங்கே வந்து நின்ற மதனா, "கொஞ்சம் பொறுங்கள்; பாலைச் சுண்டக் காய்ச்சி, பாதாம் பருப்பை அதில் அரைத்துக் கலக்கி எடுத்துக்கொண்டு வந்துவிடுகிறேன்!" என்று திரும்பினாள்.

"நீயாகவே வந்துவிடு; உன்னைப் பிடித்து உள்ளே தள்ளி வெளியே தாழ் போட இங்கே எந்தத் தோழியும் இல்லை!" என்றான் ஹீரோ சிரித்துக்கொண்டே.

“உக்கும்” என்று “ஹீரோயின்” தன் அழகான வதனத்தை இன்னும் அழகாக ஒரு வெட்டு வெட்டித் திருப்பிக்கொண்டு, அடுப்படியை நோக்கி “அழகு நடை” நடந்தாள்.

இன்பம் உச்ச கட்டத்தை எட்ட இருந்த இந்தச் சமயத்தில், வெளிக் கதவை யாரோ ‘தடதட’வென்று தட்டும் சத்தம் கேட்டது. “இது என்ன கரடி, பூஜை வேளையில்?” என்று முணுமுணுத்துக் கொண்டே சென்று கதவைத் திறந்தான் கதாநாயகன்.

“என்ன மாப்பிள்ளை, அப்படிப் பார்க்கிறீங்க? என்னைத் தெரியவில்லை, உங்களுக்கு? ‘டிசம்பர் சீசனு’க்காக வந்திருக்கிறேன்!” என்று சொல்லிக்கொண்டே அவன் மாமா மகாலிங்கம் குடும்ப சமேதராக உள்ளே நுழைந்தார்.

இந்த எதிர்பாராத அதிர்ச்சியால் தாக்குண்ட கதாநாயகி, பாலை அடுப்பிலேயே விட்டுவிட்டுப் பறந்து போய்ப் படுக்கையறைக்குள் நுழைந்து, கதவைப் ‘படா’ரென்று சாத்தி உள்ளே தாழிட்டுக் கொண்டாள்

அத்தியாயம் : 2

காதலாம் காதல், ஒருவனை ஒருத்தி
காதலிப்பது என்ன காதல்?...

“டிசம்பர் சீசன் ஜிந்தாபாத்”!

“மாமா மகாலிங்கம் ஜிந்தாபாத்”

யாரோ கதவைத் தட்டும் சத்தம் கேட்டு மாதவன் வயிற்றெரிச்சலோடு வந்து கதவைத் திறந்து மூடியதுதான் தாமதம், அதுவரை இருட்டில் தலை மறைவாக நின்று, அங்கே நிகழ்ந்தனவற்றையெல்லாம் கவனித்துக் கொண்டிருந்த ஆனந்தன், தன்னை மீறிய உற்சாகத்தில் டிசம்பர் சீசனுக்கும், அந்த சீசனுக்குக் குடும்ப சமேதராக வருகை தந்திருந்ததோடு, தக்க சமயத்தில் மாதவன் வீட்டுக்கு வந்து தன் வயிற்றில் பாலையும் வார்த்த அவன் மாமா மகாலிங்கத்துக்கும் இந்தியில் வாழ்த்துக் கூறிக்கொண்டே திரும்பினான்.

அப்போது யாரோ ஒருவர் இரு கைகளை மட்டும் ‘பட், பட்’ என்று தட்டி, தன் வாழ்த்தொலிக்கு வரவேற்பு கொடுக்கும் கையொலி அவன் காதில் விழவே, “யார் அது, இருட்டிலிருந்து கொஞ்சம் வெளிச்சத்துக்கு வந்தால் தேவலை!” என்றான், தன்னைச் சுற்றியிருந்த இருட்டினை ஊடுருவிப் பார்த்துக்கொண்டே.

அந்த மர்ம உருவமோ, அவன் சொன்னபடி வெளிச்சத்துக்கு வராமல், “நான்தான்!” என்றது இருட்டிலேயே நின்றது நின்றபடி.

“நான்தான் என்றால்...?” என்றான் அவன், ஒன்றும் புரியாமல்.

"குரலிலிருந்து கூடவா என்னைத் தெரியவில்லை, உங்களுக்கு? நான்தான் அருணா!" என்றது அந்த உருவம் சற்றே வெட்கத்துடன்.

"ஓ, அருணாவா! கையைத் தட்டியதற்குப் பதிலாக என் முதுகைத் தட்டியிருக்கலாமே, நீங்கள்?"

"ஊஹூம், நான் மாட்டேன்"

"ஏன், ஷாக் அடிக்குமா?"

அவள் ஒரு "மினிமம் சிரிப்பு"ச் சிரித்தாள்; அவனும் ஒரு 'மினிமம் சிரிப்பு'ச் சிரித்தான்.

'யார் இந்த அருணாவும் ஆனந்தனும்?' என்கிறீர்களா? வேறு யாருமில்லை; நேற்று வரை மதனாவுக்கும் மாதவனுக்கும் 'நண்பி - நண்ப'னாயிருந்து, இன்று 'வில்லி - வில்ல'னாகி விட்டவர்கள்தான் இவர்கள்

காரணம்?...

எல்லாரும் ஒரே இடத்தில் வேலை பார்ப்பவர்களாதலால் மாதவனுடன் போட்டி போட்டுக்கொண்டு ஆனந்தனும் மதனாவின் மேல் 'ஒரு கண்' வைத்திருந்தான்; அதே மாதிரி, மதனாவுடன் போட்டி போட்டுக் கொண்டு அருணாவும் மாதவனின்மேல் 'ஒரு கண்' வைத்திருந்தாள்.

இவர்கள் இருவரும் 'இரு கண்களை'யும் வைக்காததால் தானோ என்னவோ, காதலில் வெற்றி பெறவில்லை. அதற்காக, 'சீச்சீ, இந்தப் பழம் புளிக்கும்!" என்று சொல்லித் தன்னைச் சமாளித்துக் கொண்ட நரியைப் பின்பற்றவும் இவர்கள் விரும்பவில்லை. மாறாக, 'கலியாணமானாலும், காதலிக்காமல் விடமாட்டேன்!' என்று அருணா ஒற்றைக் காலில் நின்றாள்; அதே மாதிரி ஆனந்தனும் நின்றான்.

இருவரும் ஒருவரையொருவர் அறியாமல் இப்படி நின்றதன் பலன்தான், இருட்டிலே ஒருவரையொருவர் இனம் கண்டுகொண்டு இளித்தது!

இளித்து முடிந்ததும், "நான்தான் பழிக்குப் பழி வாங்குவதற்காக இங்கே பழியாய்க் கிடக்கிறேன். நீங்கள்..." என்று ஆரம்பித்தான் ஆனந்தன்.

"நானும் பழிக்குப் பழி வாங்குவதற்காகத்தான் இங்கே பழியாய்க் கிடக்கிறேன்!" என்றாள் அருணா.

"அப்படியானால்..."

"நானும் மாதவனால் காதலிக்கப்பட்டுக் கைவிடப் பட்டவர்களிலே ஒருத்தி."

"அப்படி எத்தனை பேரைக் காதலித்திருப்பான் அவன்?"

"யாருக்குத் தெரியும், இந்தக் கால்த்து ஆண்கள்தான் இருப்பது இரண்டே கண்களாயிருந்தாலும் அவற்றை இருபதாயிரம் பெண்கள்மீது வைக்கிறார்களே!"

"அப்கோர்ஸ், அது உண்மையாயிருக்கலாம். ஆனால் அதற்கு நான் விதி விலக்கு. மதனாவைத் தவிர இதுவரை நான் வேறு யாரையும் மனத்தால்கூட நினைத்ததில்லை!"

"நானும் அப்படித்தான்; மாதவனைத் தவிர இதுவரை வேறு யாரையும் மனத்தால்கூட நினைத்ததில்லை!"

இதைச் சொல்லும்போது அவள் 'விசுக்'கென்று விம்மவே, "டோன்ட் வொர்ரி, நீங்கள் யாரைக் காதலித்தாலும் கலியாணத்திற்கு முன்னால் உங்கள் கண்ணீர் எந்தக் காரியத்தையும் சாதிக்கப் போவதில்லை. ஏன் அனாவசியமாக அதை வீணாக்குகிறீர்கள்? ஒரு சொட்டைக்கூட வெளியே

விடாமல் அப்படியே சேமித்து வையுங்கள்; கலியாணத்துக்குப் பின் பல காரியங்களைச் சாதித்துக் கொள்ள அது உங்களுக்கு உதவும். இந்தாருங்கள் கைக் குட்டை, துடைத்துக் கொள்ளுங்கள்!" என்று தன் கால் சட்டைப் பையில் இருந்த கைக் குட்டையை உருவி அவளிடம் கொடுக்கப் போனான் ஆனந்தன்.

"வேண்டாம்; என்னிடம் கைக் குட்டை இல்லா விட்டாலும் முன்றானை இருக்கிறதே, துடைத்துக் கொள்ள" என்றாள் அவள்.

"அப்கோர்ஸ், இருக்கலாம். ஆனால் அது 'மினி முன்றானை'யா யிருக்கிறதே!" என்று ஒரு 'மாக்ஸிமம் சிரிப்பு'ச் சிரித்தான் அவன்.

"பரவாயில்லை; இருட்டில்தானே எடுத்துத் துடைத்துக் கொள்ளப் போகிறேன!" என்றாள் அவளும் ஒரு 'மாக்ஸிமம் சிரிப்பு'ச் சிரித்து.

"பகலாயிருந்தாலும் எனக்கு முன்னால் நீங்கள் அதைத் தைரியமாக எடுத்துத் துடைக்கலாம்; அதுவரை நீ வேண்டாமென்றாலும் நான் கண்ணை மூடிக்கொண்டு விடுவேன்!"

"அவரும் ஒரு சமயம் அப்படித்தான் கண்ணை மூடிக் கொண்டார்."

"யார், மாதவனா? கிடக்கிறான், அயோக்கியன்! யோக்கியனாக நடிக்க அதைவிட வேறு ஒன்றும் தோன்றவில்லையாக்கும், அவனுக்கு? நான் வேண்டுமானால் அந்த விஷயத்தில்கூட அவனைப் பின்பற்றாமல் கொஞ்சம் திரும்பி நின்றுகொண்டு விடுகிறேன்!" என்றான் அவன், அவளுக்குத் தன் முதுகைக் காட்டி நின்று.

அவள் தன் 'மினி முன்றானை'யை எடுத்துக் கண்ணீரைத் துடைத்துக் கொண்டு, "என்ன ஆனாலும் சரி, அவரை நான் காதலிக்காமல் விடுவதில்லை என்று சபதம் ஏற்றிருக்கிறேன்!" என்றாள் உறுதி வாய்ந்த குரலில்.

"இனிமேல் என்ன ஆகப்போகிறது? அடுத்த வருஷம் இந்த நாளில் அவர்கள் கையில் ஒரு 'குவா, குவா' இருக்கப் போகிறது!"

"அதற்குத்தான் இடம் கொடுக்கக்கூடாது என்கிறேன் நான்"

"அது எப்படி முடியும்? இடம் கொடுக்காமல் இருக்க வேண்டியவள் மதனா அல்லவா?"

"அவளைத்தான் இடம் கொடுக்க விடக்கூடாது என்கிறேன் நான்!"

"ஓ! அதற்காகத்தான் காலையில் நடந்த கலியாணத்தின் போது கூட, நீங்கள் அவளுக்கு வெள்ளியால் செய்யப்பட்ட ஒரு லூப்பை அன்பளிப்பாகக் கொடுத்தீர்களா? அதை ஏதோ வேடிக்கைக்காகக் கொடுத்தீர்களாக்கும் என்றல்லவா நான் நினைத்தேன்?"

"இல்லை; அதில் என் வேதனையும் கலந்திருக்கிறது!"

"வேதனைக்கு அதில் என்ன இருக்கிறது? கற்பை ஆதரிக்கிறார்களோ இல்லையோ, கர்ப்பத் தடையைத்தான் இந்தக் காலத்தில் எல்லாரும் ஆதரிக்கிறார்களே!"

"இருந்தாலும் அந்த 'லூப்'புடன் அவர்களை விட்டு விடுவதாக இல்லை நான்!"

“விடாமல்...?” “பகையாளி குடியை உறவாடிக் கெடு என்பார்களே, அது மாதிரி நானும் அவர்களை உறவாடிக் கெடுக்கப் போகிறேன்.”

“அதற்குத்தான் நீங்கள் இங்கே வந்தீர்களா?”

“ஆமாம்.”

“அட, கடவுளே! நானும் அதற்குத்தான் வந்திருக்கிறேன்!”

“மகிழ்ச்சி, இந்த முயற்சியில் நீங்கள் எனக்குத் துணையாக வந்து சேர்ந்ததற்காக!”

“எனக்கும் மகிழ்ச்சிதான், இந்த முயற்சியில் நீங்கள் எனக்குத் துணையாக வந்து சேர்ந்ததில்!” என்று தன்னை மறந்து அவள் கையைப் பிடித்துக் குலுக்கப் போனான் அவன்.

அவள் கொஞ்சம் பின்வாங்கி நின்று, “மகிழ்ச்சி மனசோடு நிற்கட்டும்; அதற்குள் கைக்கு வந்துவிட வேண்டாம்” என்றாள்.

“வொய், வொய்?” என்றான் அவன் பதட்டத்துடன்.

“அவருடைய கையைத் தவிர வேறு யாருடைய கையும் என் மேல் படுவதை நான் விரும்பவில்லை” என்றாள் அவள்.

“அப்கோர்ஸ், அது இப்போதுதான் எனக்கும் ஞாபகத்துக்கு வருகிறது. நானும் அவளுடைய கையைத் தவிர வேறு யாருடைய கையும் என் மேல் படுவதை விரும்பவில்லை!” என்றான் அவனும் தன்னைச் சமாளித்துக்கொண்டு.

“ஆமாம், அவள் அந்த விரதத்தை மேற்கொள்ளாதபோது நீங்கள் மட்டும் மேற்கொண்டு என்ன பிரயோசனம்?” என்று அவள் கேட்டாள்.

"ஆமாம், அவன் அந்த விரதத்தை மேற்கொள்ளாதபோது நீங்கள் மட்டும் மேற்கொண்டு என்ன பிரயோசனம்?" என்று அவன் அவளைத் திருப்பிக் கேட்டான்.

இதைக் கேட்டதும் அவள் ஒரு 'புல் லெங்த் சிரிப்பு'ச் சிரித்தாள்; அவனும் ஒரு 'புல் லெங்த் சிரிப்பு'ச் சிரித்தான்.

இந்தச் சிரிப்பொலிகளை கேட்டோ என்னவோ, "யார் அது?" என்று குரல் கொடுத்தபடி மாதவன் தெருக் கதவைத் திறந்து கொண்டு வெளியே வர, அவனைக் கண்டதும் பெண் புலியான அருணா பதுங்க, ஆண் சிங்கமான ஆனந்தன் மார்பை முன்னால் தள்ளிக்கொண்டு வந்து நின்று, "ஏன், நான்தான் என்ன வேண்டும், உனக்கு?" என்றான், 'எம்.ஜி.எம். சிங்கம்' போல.

மாதவன் வராந்தா விளக்கைப் போட்டு அவன் முகத்தைப் பார்த்துவிட்டு, "அட, அப்கோர்ஸ் ஆனந்தனா? வாப்பா வா, நல்ல சமயத்தில்தான் வந்திருக்கிறாய்! உன்னால் ஒரு உதவி செய்ய முடியுமா?" என்றான் கெஞ்சும் குரலில்.

"என்ன உதவி?"

"ஊரிலிருந்து என் மாமா வந்திருக்கிறார்..."

"தெரியும்..."

"தெரியுமா அது எப்படி?"

"ரொம்ப நாட்களுக்கு முன்னால் வந்தது, வீடு தெரியவில்லை என்று அவர் வீதிவீதியாக அலைந்து கொண்டிருந்தார்; நான்தான் 'இதோ இருக்கிறது' என்று அவரைக் கொண்டு வந்து இங்கே சேர்த்தேன்!"

“அட, பாவி! நீ நாசமாய்ப் போக!”

“ஏண்டா, நான் செய்த உதவிக்கு நன்றியா இது? ”

“போனால் போகிறது, ஒரு டஜன் நன்றி வேண்டுமானாலும் சொல்கிறேன், இன்னும் ஒரே ஒரு உதவி செய்யடா மாமாவுக்குத் தூக்கம் வரவில்லையாம்; சீட்டாட இன்னொரு கை இருந்தால் தேவலை என்கிறார்; நீ வாயேண்டா ப்ளீஸ்!”

“ஏன், நீ ஆடினால் என்னவாம்?”

“காலையில் கலியாணம் செய்துகொண்டவன் ராத்திரி மாமாவுடன் தான் சீட்டாடிக்கொண்டிருப்பானாக்கும்?”

“அந்த விஷயம் தெரியுமா, அவருக்கு?”

“எந்த விஷயம்?”

“நீ மதனாவைக் கலியாணம் செய்துகொண்ட விஷயம்தான்!”

“தெரியாது.”

“அப்படியானால் அதை முதலில் அவரிடம் சொல்லி விட்டு...” என்று அவனைப் பிடித்து அப்பால் தள்ளிவிட்டு உள்ளே நுழைய முயன்றான் ஆனந்தன்.

“ஐயோ, வேண்டாண்டா; நீலாவும் வந்திருக்காடா! ப்ளீஸ், ப்ளீஸ்!” என்று அவனைக் கெஞ்சு, கெஞ்சு என்று கெஞ்சினான் மாதவன்.

“சரி, ஒரு நிபந்தனை நீயும் எங்களோடு சேர்ந்து விடிய விடியச் சீட்டாட வேண்டும்; ஆடுகிறாயா?”

“ஆடித் தொலைக்கிறேன்!”

“அப்படியானால் இன்னொரு கை வேண்டுமே? இங்கேயே இரு; இதோ போய் அழைத்துக்கொண்டு வந்து விடுகிறேன்!” என்று ‘ஜெட்’டாய்ப் பறந்தான் ஆனந்தன்.

மாதவன் மூக்கால் அழுதுகொண்டே ஒரு கடிதம் எழுதி ஜன்னல் வழியாக மதனா ‘சிறை இருந்த அறை’க்குள் போட்டுவிட்டு, ஆனந்தன் என்னும் அந்த ‘மாபாவி’யை எதிர்பார்த்து நின்றான்.

அத்தியாயம் : 3

காதலிலும் 'ஒருமைப்பாடு'
கண்டால் என்னவாம்?...

"கண்ணே,

'தோல் இருக்கச் சுளை விழுங்கிகள்' சிலர் இந்த உலகத்தில் உண்டு. அவர்கள் 'அந்தரங்கம் புனிதமானது' என்று 'மாய்மாலம்' செய்து, தங்களுடைய அயோக்கியத் தனங்கள் அத்தனையையும் '70 எம்.எம். திரை' போட்டு அப்படியே மறைத்துவிடுவார்கள். ஆத்மாவையே கொன்று விட்டு வாழும் அந்தப் பாவிகளுக்குள்ள துணிவு எனக்கு இல்லை. அதனாலேயே ஆனானப்பட்ட அப்பாவையும் அம்மாவையும் எதிர்த்து நின்ற நான், அற்ப மாமாவுக்கு அஞ்சி வெளியே நின்று தவித்துக்கொண்டிருக்கிறேன்; நீ உள்ளே சிறைப்பட்டிருக்கின்றாய்!

இதற்கு முன் புரியாத ஓர் உண்மை இப்போது உனக்குப் புரிந்திருக்கும். 'காதல் எந்த நிலையிலும் இன்ப மயமானது. கை கூடினாலும் அதில் இன்பம் உண்டு; கை கூடாவிட்டாலும் அதில் இன்பம் உண்டு. கை கூடினால் ஆணும் பெண்ணும் சேர்ந்து வாழ்ந்து இன்பம் காணலாம்; கூடாவிட்டால் இருவரும் பிரிந்து வாழ்ந்து, அதன் நினைவுகளிலேயே இன்பம் கண்டு மகிழலாம்' என்பாயே நீ, அதன்படி இப்போது இன்பம் காண முடிகிறதா, உன்னால்? உன்னைக் கேட்கிறேனே, என்னால்தான் காண முடிகிறதா? இல்லை. துன்பம், துன்பம், துன்பம் - அதைத் தவிர வேறொன்றையும் நான் இப்போது காணேன்

கண்ணின் மணியே!

'வெயிலில் அலைந்தவனுக்கு விடா தீர்க்க நீர் தேவை; ஓடிக் களைத்தவனுக்கு உட்கார நிழல் தேவை. அதே மாதிரி காதலுக்கும் கலியாணம் தேவை' என்று நாம் நேற்று வரை எண்ணியிருந்தோம். இன்று?...

கலியாணத்துக்கு மேல் இன்னொரு கலியாணமும் தேவை என்பதை நாம் உணருகிறோம். அந்தக் கலியாணத்துக்கு...

ஆகா! நமது பெரியவர்கள் எவ்வளவு அழகாக, பொருள் பொதிந்ததாகப் பெயர் வைத்திருக்கிறார்கள், 'சாந்திக் கலியாணம்' என்று!

எங்கே சாந்தி?...

கொஞ்சம் யோசித்துப் பார்த்தோமானால், மனிதனுக்கு இரு வகை சாந்திகள் தேவைப்படுவதை நாம் உணரலாம்.

ஒன்று, வாலிபத்தில் தேவைப்படும் சாந்தி; இன்னொன்று, வயோதிகத்தில் தேவைப்படும் சாந்தி.

வயோதிகத்தில் தேவைப்படும் சாந்திக்குப் பெண் வேண்டாம்; அப்படியே தேவைப்பட்டாலும், அவள் வேளைக்கு வேளை வாய்க்கு ருசியாகச் சமைத்துப் போட்டுக் கொண்டு, ஓய்ந்த போதெல்லாம் தொணதொணத்துக் கொண்டிருந்தால் போதும். அப்படி ஒருத்தி இல்லா விட்டாலும் பரவாயில்லை; இருக்கவே இருக்கிறது ராமாயணம், மகாபாரதம், இத்தியாதி, இத்தியாதி...

வாலிபத்தில் தேவைப்படும் சாந்திக்கோ அவசியம் பெண் வேண்டும்; அவள் அழகே உருவாக இருக்க வேண்டும்; வாய்க்கு ருசியாக சமைத்துப் போடத் தெரியா விட்டாலும் வக்கணையாகப் பேசத் தெரிந்திருக்க வேண்டும். 'பாடு!' என்றால் பாட வேண்டும்; 'ஆடு' என்றால் ஆட வேண்டும். இரண்டும் தெரியாதென்றால், 'ஏழு குழந்தைகளுக்குத்

தந்தையான ஒருவன் எங்கே இருக்கிறான்?' என்று தேடியலையும் என்றும் பதினாறாய் மின்னி அலுத்துப் போன ஏதாவது ஒரு சினிமா நட்சத்திரத்தின் 'கிழக்கண் பார்வை' அவனுக்குக் கிட்ட வேண்டும். அவள்தான் என்ன செய்வாள், பாவம்! உன் பாட்டை நாங்கள் கேட்க மாட்டோம்; உன்னுடைய ஆட்டத்தை நாங்கள் பார்க்க மாட்டோம்!' என்று ரசிகர்கள் அத்தனை பேரும் அவளைக் கைவிடக்கூடிய நேரம் வந்த பிறகு, இவ்வளவு பெரிய உலகத்தில் அவள் பாடுவதைக் கேட்கவும், ஆடுவதைப் பார்க்கவும் ஒரே ஒரு ரசிகனாவது அவளுக்கு வேண்டாமா? அந்த ரசிகனும் தன் கை பிடித்த கணவனாக இருந்தால், அவனை அப்படி இப்படி நகர விடாமல் கட்டிப் போட்டுவிட்டாவது அவனுக்கு முன்னால் அவள் ஆசை தீரப் பாடவும் பாடலாம், ஆடவும் ஆடலாம், இல்லையா?

நல்ல வேளையாக உனக்கு அந்தக் குறையெல்லாம் இல்லை. அழகில் மிஸ் மெட்ராஸ், மிஸ் இண்டியா எல்லாம் உன்னிடம் பிச்சை வாங்க வேண்டும். சமைப்பதில் அந்த நாளிலேயே தமயந்தி கெட்டிக்காரியாக இல்லை; நளன்தான் கெட்டிக்காரனாக இருந்திருக்கிறான். அவனுக்கு நான் நேர் வாரிசு; 'அட்ஜஸ்ட்' பண்ணிக் கொள்ளலாம். வக்கணையாகப் பேசுவதில் உன்னை மிஞ்ச இந்த உலகத்தில் வேறு ஆளே கிடையாது. இலங்கை வானொலிக்காரன் புண்ணியத்தால் 'நான் ஒரு குழந்தை, நீ ஒரு குழந்தை, ஒருவர் மடியிலே ஒருவரடி' என்று உனக்குப் பாடவும் தெரியும்; பாடிக் கொண்டே ஆடவும் தெரியும். ஒருவிதத்தில் நம் இருவரையும் 'நிஜக் குழந்தை'களாகவே மாற்றிவிடக் கூடிய நம்முடைய 'முதல் இர'வில் அந்த ஒரு பாடலும் ஆடலும் போதாதா, நாம் சாந்தி காண?

போதும். ஆனால்...

காதற் கிளியே!

'கட்டுண்டோம். பொறுத்திருப்போம், காலம் மாறும்' என்று பாடினான் பாரதி. அவனை விட்டால் எழுத்தாளர்களுக்கும் வேறு கதியில்லை; காதலர்களுக்கும் வேறு கதியில்லை. சமயத்தில் அவனைப் போல் வேறு யார் கைகொடுத்து உதவுகிறார்கள்? அவனுடைய வாக்கைப் போல் வேறு யாருடைய வாக்கு கைகொடுத்து உதவுகிறது? அந்த 'சஞ்சீவிக் கவிஞ'னின் சாகாத வாக்கைத்தான் இப்போது நாமும் பின்பற்ற வேண்டும்; வேறு வழியில்லை.

நீ உள்ளே தாழிட்டுக் கொண்டிருக்கிறாய் அல்லவா? நான் வெளியே ஒரு பூட்டையும் எடுத்துப் போட்டு வைத்திருக்கிறேன். யாருக்காக! பாமும் மாமாவுக்காகத்தான்! அந்த மனிதர் திடீரென்று வந்து கதவைத் தட்டி, 'யார் உள்ளே?' என்று கேட்டுவிடக் கூடாதல்லவா?

அப்படியும் 'ஏன் இந்த அறைக்கு மட்டும் பூட்டுப் போட்டிருக்கிறது?' என்று அந்த விடாக்கண்டர் கேட்டார். 'யாருக்குத் தெரியும், அப்பா எப்பொழுதுமே அந்த அறையை மட்டும் பூட்டுப் போட்டுத்தான் வைத்திருக்கிறார்!' என்று சொல்லிவிட்டேன்.

நல்ல வேளை, அப்பா என்மேல் கோபித்துக் கொண்டு ஊருக்குப் போகாமல் இருந்திருந்தால் நம் கதி என்ன ஆகியிருக்கும்? அவர் வாழ்க, அவருடைய கோபம் வாழ்க!

எது எப்படியிருந்தாலும் பொழுது விடியும் வரை நீ அந்த அறைக்குள்ளேதான் இருக்க வேண்டும்; உன் அப்பா, அம்மாவை மீறி என்னைக் கலியாணம் செய்துகொண்ட 'குற்ற'த்துக்காக நீ அந்தத் 'தண்டனை'யை அனுபவித்தே தீர வேண்டும். பொழுது விடிந்ததும்...

ஆமாம், பொழுது விடிந்ததும் நீ எங்கே போவாய்? உன்னுடைய வீட்டுக்கும் போக முடியாதே!...

என்னைப் பெற்ற புண்ணியாத்மாக்கள் ஒரு பக்கம் இருக்கட்டும்; உன்னைப் பெற்ற புண்ணியாத்மாக்களாவது 'என்னடா, நமக்கு மாப்பிள்ளை தேடும் கஷ்டத்தை வைக்காமல் நம் பெண்ணே ஒரு பையனைத் தேடிப் பிடித்துக் கொண்டு வந்து நிற்கிறாளே, அவனும் 'பெண் பார்க்க' வேண்டாம், 'பிசினஸ்' பேச வேண்டாம். 'எடு தாலியை, நீட்டு கழுத்தை!' என்று ஒற்றைக் காலில் நிற்கிறானே, கட்டட்டும், தாராளமாய்க் கட்டட்டும்!' என்று விட்டார்களா? அதுவும் இல்லை. எங்கே பார்த்தாலும். 'உரிமைப் போராட்டம்' நடக்கும் இந்தக் காலத்தில் அவர்களும் 'தாய், தந்தை' என்ற முறையில் தங்களுக்குள்ள உரிமையை நிலைநாட்டுவதற்காக 'எங்கள் முகத்தில் விழிக்காதே, இனி இந்த வீட்டு வாசற்படியை மிதிக்காதோ என்று ஓர் 'ஊசிப்போன போராட்டத்தை நடத்தி முடித்து விட்டார்கள். நல்ல வேளையாக நம் காதல் பதினெட்டு வயதுக்குமேல் 2.தயமானதால், அதற்குமேல் அவர்களால் ஒன்றும் செய்ய முடியாமல் போயிற்று. இப்போது சிலர் எண்ணிப் பதினாறு முடியுமுன்பே காதலிக்க ஆரம்பித்து விடுகிறார்களே, அந்த மாதிரி நாமும் காதலிக்க ஆரம்பித்திருந்தால் நம் கதி என்ன ஆகியிருக்கும்? நம்முடைய காதலின் கதிதான் என்ன ஆகியிருக்கும்?...

போகட்டும், போ! எப்படியோ நாம் பிழைத்தோம்; நம்முடைய காதலும் பிழைத்தது!

ஒன்று செய்யேன், பொழுது விடிந்ததும் நீ நிஜமாகவே 'காதற் கிளி'யாக மாறி, எழும்பூரில் உள்ள 'பெண்கள் விடுதி'க்குச் சிறகடித்துப் பறந்துவிடேன்! அங்கேதான் உன் தோழி அருணா இருக்கிறாளே, அவள் உன்னைக் கவனித்துக் கொள்ள மாட்டாளா? நான் மாமாவுக்கு 'டிமிக்கி' கொடுத்து விட்டு அங்கே வந்து....

ஓ! ஆண் வாடையே வீசக் கூடாதா அங்கே? அதனாலென்ன, அங்கிருந்து நீ அப்படியே ஆபீசுக்கு வந்துவிடேன்!...

அது எப்படி முடியும்? ஆபீசுக்கும் ஒரு வாரம் லீவு அல்லவா போட்டுத் தொலைத்திருக்கிறோம், 'தேன் நிலவு'க்காக? அதுதான் இப்போது 'தேள் நில'வாகப் போய் விட்டதே, என்ன செய்யலாம்?...

எதற்கும் நாளை மாலை வரை நீ அந்த விடுதியிலேயே இரு; நான் ஐந்து மணி வாக்கில் அந்தப் பக்கம் வந்து உனக்காக 'டா'வடித்துக் கொண்டு நிற்கிறேன். இருவரும் கடற்கரைக்கோ , அல்லது ஏதாவது ஒரு 'தலைவலிப் பட'த்துக்கோ போவோம். அங்கு மேலே என்ன செய்வது என்பது பற்றி நாம் ஒரு முடிவுக்கு வருவோம். என்ன, சரிதானே?...

இடையில் வெளியே வரவேண்டுமென்றால் நீ இருக்கும் அறைக்கு நடைப் பக்கம் ஒரு வழி இருக்கிறது. அந்த வழியே பதுங்கிப் பதுங்கி நீ வெளியே வந்து போகலாம். அதற்காகவே நான் அந்தக் கதவுக்கு மட்டும் பூட்டுப் போடாமல் விட்டு வைத்திருக்கிறேன்.

மற்றவை நாளை மாலை நேரில்...

இங்ஙனம்,

கழுத்துக்கு எட்டியும்

கைக்கு எட்டாத உன் கணவன்,

மாதவன்

கடிதத்தைப் படித்து முடித்ததும் ஒரு 'டெகா மீட்டர்' அளவுக்குப் பெருமூச்சு விட்டாள் மதனா. அனலாய் வெளிவந்த அந்தப் பெருமூச்சு மாமா மகாலிங்கத்தின் மேல் பட்டிருந்தால் அவர் 'யார்ட்லி பவுட'ராகப் போயிருப்பார்!

நல்ல வேளை, அவர் அந்த அறைக்கு வெளியே சீட்டாடிக் கொண்டிருந்ததால் பிழைத்தார்!

'ஏன்தான் டிசம்பர் சீசன் என்று ஒன்று இங்கே வருகிறதோ, எதற்குத்தான் அந்த சீசனுக்கு இந்த மாமா வந்து தொலைந்திருக்கிறாரோ?' என்று அவள் ஜன்னலுக்கு வெளியே தன்னைப் பார்த்துச் சிரித்துக் கொண்டிருந்த நிலவைப் பார்த்தபோது, அதன் வழியாக ஒரு புத்தகம் வந்து கீழே 'பொத்'தென்று விழுந்தது. 'சரிதான், அவளுக்குத் தூக்கம் எங்கே வரப் போகிறது என்று அவர் நினைத்திருப்பார்; அதற்காக எதையாவது படித்துப் பொழுதைப் போக்கட்டுமே என்று இதை விட்டெறிந்திருப்பார்!' என்று முனகிக்கொண்டே சென்று, அந்தப் புத்தகத்தை எடுத்தாள் அவள். அதன் தலைப்பு வேறு எந்தத் தலைப்பாகவாவது இருந்திருக்கக் கூடாதா? 'காதலில் ஏமாறாமல் இருப்பது எப்படி?' என்று இருந்து தொலைத்தது!

'இந்த எழுத்தாளர்களுக்கு வேறு வேலை இல்லை; எடுத்ததற்கெல்லாம் 'அது எப்படி, இது எப்படி?' என்று கேட்டுப் புத்தகம் எழுத ஆரம்பித்துவிடுகிறார்கள். அந்த மாதிரி புத்தகங்களைப் பிரசுரித்து ஊரை ஏமாற்றிப் பிழைப்பதற்கென்றே சில பிரசுரகர்த்தர்கள்; அவற்றை வாங்கிப் படிப்பதற்கென்றே இவரைப் போன்ற சில இளிச்ச வாயர்கள்' என்று பொரிந்து கொண்டே புத்தகத்தைப் பிரித்தாள் அவள். 'என் ஆருயிர்த் தோழி மதனாவுக்கு, ஆழ்ந்த அனுதாபத்துடன், அன்புள்ள அருணா' என்று அதன் முதல் பக்கத்தில் கொட்டை கொட்டையாக எழுதப்பட்டிருந்தது!

அத்தியாயம் : 4

நாலு பேருக்குத் தெரியாமல் நடந்த
கலியாணத்தைப் பற்றி நாலு பேர்...

மறுநாள் காலை; கையில் ஒரு சிறு பெட்டியுடன் தலையில் முக்காட்டைப் போட்டுக்கொண்டு பஸ் ஸ்டாண்டில் நின்றாள் மதனா. அப்போது அவளுக்கு இருந்த கவலையெல்லாம் ஒரே கவலைதான். அதாவது, தனக்குத் தெரிந்தவர்கள் யாராவது வந்து, தன்னை இந்தக் கோலத்தில் பார்த்து, 'என்ன, ஏது?' என்று விசாரிப்பதற்கு முன்னால் பாழும் பஸ் வந்து தொலைய வேண்டுமே என்ற கவலைதான் அது.

அவளுடைய கவலை பஸ்ஸுக்குத் தெரிகிறதா? அது, 'இந்தக் காலைப் பனியில் நனைந்தால் ஜலதோஷம் வந்தாலும் வந்துவிடும்' என்று பயந்தோ என்னவோ, நன்றாக வெயில் ஏறிய பிறகே வந்து சேர்ந்தது. பஸ் வந்து நின்றதும் நிற்காததுமாக இருக்கும்போதே, அவசரம் அவசரமாக அதற்குள் ஏற முயன்றாள் மதனா. கண்டக்டர் அவளைத் தடுத்து, "கையில் என்னம்மா, அது?" என்றான்.

"இருட்டில் எருமை தெரியாவிட்டாலும் பரவாயில்லை; பகலில் பசு கூடவா தெரியாது உமக்கு? பெட்ட்ட்ட்டி!" என்றாள் அவள், ஒரு பாவமும் அறியாத 'ட்'டன்னாவை ஒரே அழுத்தாக அழுத்தி.

"அது தெரிகிறது; பெட்டிக்குள் என்ன இருக்கிறது?" என்றான் அவன்.

அவளுக்கு ஆத்திரம் தாங்கவில்லை: "கள்ளத் தங்கம்! அது சரி, நீர் என்ன, பஸ் கண்டக்டரா? இல்லை, சுங்க இலாகா அதிகாரியா?" என்று சீறினாள்.

அவ்வளவுதான்; அவளை ஏற்றிக் கொள்ளாமலே, போப்பா, ரைட்!" என்ற கண்டக்டர், 'சரியான ராத்திரி கிராக்கி!' என்று தனக்குத் தானே சொல்லி, ஒரு தினுசாகச் சிரித்துக் கொண்டான்.

மதனாவோ, 'இந்த அதிகாரப் பித்து யாரைத்தான் விடுகிறேன் என்கிறது? ஒரு தெரு நாய்கூட, இன்னொரு தெரு நாயின் மேல் அதிகாரம் செலுத்தத்தான் விரும்புகிறது!' என்று தனக்குத் தானே பொருமியபடி, அடுத்த பஸ்ஸை எதிர்பார்த்து நின்றாள்.

அப்போது, "இது என்னடியம்மா, கூத்து! நேற்றுத்தான் நீ யாரையோ கலியாணம் பண்ணிக் கொண்டதாகச் சொன்னார்கள். இன்று, இங்கே, இப்படி ஒற்றைக் காலில் வந்து நிற்கிறாயே?" என்று நீட்டி முழக்கினாள் அவளுக்குத் தெரிந்த மூதாட்டி ஒருத்தி அங்கே வந்து.

'அப்பப்பா வயசுப் பெண்களெல்லாம் கண் தெரியவில்லை என்று கண்ணாடி போட்டுக்கொள்ளும் இந்தக் காலத்தில், இவளைப் போன்ற கிழவிகளுக்கு மட்டும் ஏன்தான் இந்த எக்ஸ்ரே கண்களோ?' என்று முணுமுணுத்த மதனா, வராத சிரிப்பை வரவழைத்துக்கொண்டு, "நான் எங்கே ஒற்றைக் காலில் நிற்கிறேன்? எல்லாம் இரட்டைக் காலில்தான் நின்று கொண்டிருக்கிறேன்" என்றாள்.

"நான் அதைச் சொல்லவில்லையடி, உன் அகத்துக்காரர் எங்கே என்று கேட்கிறேன்!"

"அவர்தான் 'அகத்துக்கார'ராச்சே. அகத்தில்தானே இருப்பார்?"

"பரிகாசம் பண்ணாதே! எடுக்கும் போதே நீ இப்படியெல்லாம் தனியாக வந்து நிற்கக் கூடாது. எங்கே போனாலும் சேர்ந்து போகணும், எங்கே வந்தாலும் சேர்ந்து வரணும்..."

"ஆகட்டும், பாட்டி! இனிமேல் அப்படியே வரேன்; அப்படியே போறேன். போய்விட்டு வருகிறீர்களா?" என்று பெட்டியைக் கீழே வைத்துவிட்டு அவளுக்குக் கை கூப்பி, 'சென்ட் ஆப்' கொடுக்க முயன்றாள் மதனா.

பாட்டி நகரவில்லை; "நானும் பஸ்ஸுக்குத் தாண்டியம்மா, வந்திருக்கிறேன்!" என்று நின்ற இடத்திலேயே நின்றாள்.

'இதென்ன தொல்லை?' என்று அவள் சுற்றுமுற்றும் பார்த்தபோது ஒரு டாக்ஸி அப்போது அந்தப் பக்கமாக வந்தது. சட்டென்று அதைக் கை தட்டி நிறுத்தி, அதில் ஏறிக்கொண்டு, "அப்போ நான் வரேன், பாட்டி! என்னை இங்கே இந்தக் கோலத்தில் பார்த்ததாக ஒருத்தர் வீட்டைக் கூடப் பாக்கியாக விடாமல் சொல்லிக்கொண்டு வருகிறீர்களா? மறந்துவிடப் போகிறீர்கள்!" என்றாள் மதனா, தன் வயிற்றெரிச்சலை வாய் வரையில் கொண்டு வந்து நிறுத்தி.

"நான் ஏண்டியம்மா, சொல்லப்போறேன்!" என்ற பாட்டி, டாக்ஸி அந்த இடத்தை விட்டு நகர்ந்ததும், "வாயைப் பார். வாயை! அப்பா, அம்மாவாப் பார்த்து ஒரு ஆம்படையானைத் தேடி வைக்கிறதுக்கு முந்தி, தானே தேடிகிட்ட கழுதையில்லே? அப்படித்தான் வாய் நீளும்!" என்று அவளை வாயார, மனமார ஆசீர்வதித்தாள்.

முக்காட்டைத் தள்ளிவிட்டு உள்ளே நுழைந்த மதனாவைக் கண்டதும், அவளை ஏற்கெனவே அங்கு எதிர்பார்த்துக் கொண்டிருந்தவள் போல், "வரவேணும், வரவேணும்!" என்று ஏக உற்சாகத்துடன் வரவேற்றாள் அருணா.

"என்னடி, இவ்வளவு பெரிய உலகத்தில் இனி எனக்காகக் கண்ணீர் விட நீ ஒருத்திதான் இருக்கிறாய் என்று நான் எண்ணி வந்தால்...!"

மதனா முடிக்கவில்லை; "விடலாம்தான் என்னிடம் 'கிளிஸரைன்' இல்லையே? அதற்காக வெங்காயத்தையாவது நறுக்கித் தொலையலாமென்றால் இது வீடும் இல்லை; விடுதி. என்னை என்னடி செய்யச் சொல்கிறாய்? எனக்கோ அவையிரண்டும் இல்லாமல் ஒரு சொட்டுக் கண்ணீர்கூட வராது!" என்றாள் அவள்.

"ஆபத்தில் உதவுவான் நண்பன் என்று அந்த நாளில் சொன்னதெல்லாம்..."

"நண்பன்தானே உதவுவான் என்று சொன்னார்கள்? 'நண்பி உதவுவாள்' என்று சொல்லவில்லையே!"

"அப்படியானால்..."

"நான் போகிறேன் என்கிறாயா? போ, தாராளமாகப் போ!"

அவ்வளவுதான்; கண்ணில் நீர் ததும்ப, வந்த வழியே திரும்பினாள் மதனா. 'ஓகோகோ' என்று சிரித்தபடி அருணா அவள் தோள்களை இறுகப் பற்றி, "அதற்குள் ஏமாந்து விட்டாயா? இப்படித்தாண்டி, நீ அந்த மாதவனிடமும் ஏமாந்து விட்டாய்!" என்று சொல்லிக்கொண்டே அவளை அப்படியே ஒரு திருப்புத் திருப்பி, அங்கிருந்த கட்டிலின் மேல் உட்கார வைத்தாள். அவள் கண்களில் ததும்பிய நீரைத் தன் முன்றானையால் மெல்ல ஒத்தி எடுத்துவிட்டு, அவளுடைய கையிலிருந்த பெட்டியை வாங்கிக் கட்டிலுக்கு அடியில் வைத்துவிட்டு, "போ! போய் முதலில் குளித்துவிட்டு வா!" என்று பற்பசையையும், சோப்புப் பெட்டியையும் எடுத்து அவளிடம் நீட்டினாள்.

"நான் குளிக்கவில்லை" என்றாள் மதனா, தன் முகத்தை 'உம்'மென்று தூக்கி வைத்துக்கொண்டு.

"இது என்னடியம்மா, அதிசயமாயிருக்கிறது! நேற்றுத் தான் கலியாணம் நடந்தது; அதற்குள் 'குளிக்கவில்லை ' என்கிறாயே?" என்றாள் அருணா.

"போடி, நான் இன்று குளிக்கப் போவதில்லை என்று சொன்னால்..."

"அதுதானே பார்த்தேன்! சாந்திக் கலியாணத்துக்குப் பிறகு நீ இன்னும் ஒரு தரம் வாந்தி கூட எடுக்கவில்லையே!"

"அதெல்லாம் இருக்கட்டும்டி, மாதவனிடம் நான் ஏதோ ஏமாந்து விட்டேன் என்று சொன்னாயே, அது என்னடி?"

"அதை மட்டும் என்னிடம் கேட்காதேயடியம்மா, எனக்கு ஏன் வீண் பொல்லாப்பு?"

"சும்மா சொல்லுடி?"

"ஊஹும்; எதைச் சொன்னாலும் சொல்வேன், அதை மட்டும் சொல்ல மாட்டேன்!"

"சும்மா சொல்லுடின்னா...?"

"வேண்டாம். அப்படியே சொல்வதாயிருந்தாலும் அதைக் கலியாணத்துக்கு முன்னால் சொல்லியிருக்க வேண்டும்: இப்போது சொல்லி என்ன புண்ணியம்?"

"அதற்கு நீ ஏன் நேற்றிரவு அந்தப் புத்தகத்தை ஜன்னல் வழியாக விட்டெறிய வேண்டுமாம்?"

"அதையும் கலியாணத்துக்கு முன்னாலேயே உன்னிடம் கொடுக்க வேண்டும் என்றுதான் இருந்தேன். அதற்குள் அந்தப் பாவி வந்து..."

"எந்தப் பாவி...?"

"மாதவன்தான்!"

"கொடுக்க வேண்டாமென்று சொல்லிவிட்டாரா?"

"ஆமாம்."

"அவர் சொன்னால் நீ அதை அப்படியே கேட்டுக் கொண்டு விடுவதா?"

"கேட்காமல்..."

"என்னைவிட அவர் உனக்கு எந்தவிதத்தில் ஒசத்தி?"

"நன்றாய்க் கேட்டாய், போ அவன் உன்னை மட்டும்தான் காதலித்துக் கொண்டிருந்தான் என்று நீ இன்னும் நினைத்துக்கொண்டிருக்கிறாயா? என்னையும் தான் காதலித்துக்கொண்டிருந்தான். ஒரு காதலன் அப்படிச் சொல்லும்போது ஒரு காதலி அதைக் கேட்காமல் இருக்க முடியுமா? அதுவும் உன்னைப் போலவே நானும் அவனைப் பரிபூரணமாக நம்பிக்கொண்டிருந்த அந்த நாட்களில்!"

"அப்படியானால்..."

"அவன் உன்னை ஏன் கலியாணம் செய்துகொள்ள வேண்டும் என்கிறாயா? பழி வாங்கடி, பழி வாங்க!"

"எதற்காக அவர் என்னைப் பழி வாங்க வேண்டுமாம்?"

"அது ஒரு வேடிக்கையான கதையடியம்மா, வேடிக்கையான கதை!"

"அந்தக் கதையைத்தான் கொஞ்சம் சொல்லேன்?"

"அப்கோர்ஸ் ஆனந்தனைத் தெரியுமா, உனக்கு?"

"ஏன் தெரியாது, நன்றாய்த் தெரியுமே! அவனும்தானே இவருடன் சேர்ந்து கொண்டு என்னைச் சுற்றிச் சுற்றி வந்து கொண்டிருந்தான்?"

"அவரைக் கேள், சொல்வார்!"

"அவன்தான் உன்னிடம் அந்தக் கதையைச் சொன்னானா?"

"ஆமாம்."

"அதை நீயேதான் என்னிடம் சொல்லேன்?"

"அவர் 'வேறு யாரிடமும் சொல்லக்கூடாது' என்று சொல்லி விட்டல்லவா அதை என்னிடம் சொல்லியிருக்கிறார்!"

"பரவாயில்லை, சொல்லு? நானும் அதை வேறு யாரிடமும் சொல்லாமல் இருக்கிறேன்!"

"அந்த மாதவன் ஒரு சமயம் எம்.யு.சி. கிரவுண்டில் கிரிக்கெட் ஆடியபோது அதைப் பார்க்க நீ அங்கே போயிருந்தாயா?"

"ஆமாம், போயிருந்தேன்."

"அப்போது பந்தை அடிப்பதற்காக மட்டையை வீசிய அவன், அப்படியே சுழன்று கீழே விழுந்தானா?"

"விழுந்தார்!"

"அதைப் பார்த்து நீ கை கொட்டிச் சிரித்தாயா?"

"சிரித்தேன்!"

"அந்தச் சிரிப்புக்காகத்தான் அவன் இப்போது உன்னைப் பழி வாங்கிக்கொண்டிருக்கிறானாம்!"

"நல்ல கதைதான், போ! திரௌபதி எதற்கோ தன்னைப் பார்த்துச் சிரித்தாள் என்பதற்காகத் துரியோதனன் அவளைச் சூதில் வென்று துகில் உரிந்தானாமே, அந்த மாதிரி கதையாகவல்லவா இருக்கிறது இது?"

"கரெக்ட், அதே கதைதான் இதுவும் இல்லாவிட்டால் கலியாணத்துக்கு முன்னாலேயே அவன் உனக்கென்று ஒரு தனி வீடு பார்த்து வைக்காமல் இருந்திருப்பானா? தக்க சமயத்தில் வந்து கழுத்தை அறுக்கத் தன் மாமாவை வீட்டுக்கு வரவழைத்திருப்பானா?"

"என்னது, மாமாவை அவர் வரவழைத்தாரா?"

"வேறு யார் வரவழைத்ததாம்? அவனுடைய அப்பாவும் அம்மாவுமே அதற்குத் தடையாக இருப்பார்கள் என்று அவன் முதலில் எதிர்பார்த்தானாம். அவர்கள் சொல்லிக்கொள்ளாமல் போய்விடவே, வேறு யாரைக் கொண்டு முட்டுக்கட்டை போடுவதென்று யோசித்துக் கொண்டே 'முதல் இரவுக்கு ஏதோ வாங்கப் போகிறேன்' என்று உன்னிடம் சொல்லிவிட்டு அவன் பூக்கடைக்குப் போனானாம். வழியில் மாமா கிடைத்தாராம். ஏதோ ஓர் ஓட்டலில் தங்கப்போன அவரை வற்புறுத்தி வீட்டுக்கு வரச் சொல்லிவிட்டு... உன்னிடம் ஒரு பாவமும் அறியாதவன் போல் அவன் நாடகமாடியிருக்கிறான்!"

"அட, பாவி! அவன் இப்படியெல்லாம் செய்வதன் நோக்கம்?"

"சீச்சீ! நான் அந்த மாதவனை 'அவன், இவன்' என்று சொன்னாலும் நீ அப்படிச் சொல்லக் கூடாது. என்ன

இருந்தாலும் அவன் உன் கணவன்; நீ அவனுக்கு உன் கழுத்தைக் குனிந்து கொடுத்திருக்கிறாய்!"

"சரி, அவர்ர்ர்ர் நோக்கம்தான் என்ன?" என்று தன் ஆத்திரம் அத்தனையையும் அந்த ர்'ரில் காட்டினாள் அவள்.

"வேறென்ன, உன் வாழ்க்கையை வீணாக்குவதுதான்! இனி வேறு யாரையும் கலியாணம் செய்து கொண்டு நீ வாழ முடியாதல்லவா?"

"ஏன் முடியாது? அதெல்லாம் அந்தக் காலம்; இந்தக் காலத்தில்தான் கணவனும் மனைவியும் ஒருவரையொருவர் விரும்பவில்லையென்றால் உடனே விவாகரத்துச் செய்து கொண்டு விடலாமே!"

"அதற்கும் உன்னை அவ்வளவு லேசில் விடமாட்டான் அவன்!" யாரோ ஒரு ஐ.ஏ.எஸ். அதிகாரி தன் மனைவியை விஷ ஊசி போட்டுக் கொன்று விட்டானாமே, அந்த மாதிரி உன்னையும் கொன்றாலும் கொன்றுவிடுவான் அவன்!"

"அதெல்லாம் என்னிடம் நடக்காது!"

"ஏன் நடக்காது? பொறுத்துப் பார், தெரியும்!"

"இனியாவது, நான் பொறுப்பதாவது? சாயந்திரம் வரட்டும். சொல்கிறேன்!" என்று 'கையில் சிலம்பில்லாத கண்ணகி' போல எழுந்தாள் மதனா.

"ஐயையோ! 'சொல்லமாட்டேன்' என்று சொல்லிக் கொண்டே நான் உன்னிடம் எல்லாவற்றையும் சொல்லித் தொலைத்து விட்டேன்போல் இருக்கிறதே? என்னடி செய்வேன், அவன் என்னைச் சும்மா விடமாட்டானே!" என்று 'கண்ணில் நீரில்லாத நீலி'யாகக் கையைப் பிசைந்தாள் அருணா.

"பயப்படாதே நீ சொன்னதாக நான் அவர்ர்ர்ரிடம் எதையும் சொல்லமாட்டேன்!" என்றாள் அவள்.

"அதாண்டியம்மா வேணும் எனக்கு, அதாண்டியம்மா வேணும்!" என்றாள் இவள்.

அதற்குள் 'டாண், டாண்' என்று சாப்பாட்டு மணி அடிக்கும் சத்தம் அவர்கள் காதில் விழவே, "போ, போ! போய்ப் பல்லை மட்டுமாவது தேய்த்துக்கொண்டு வந்து விடு!" என்று மதனாவைக் குளிக்கும் அறைக்கு அனுப்பி விட்டுக் 'கிக்கிக்கிக்கி' என்று ஒரு 'வில்லிச் சிரிப்பு'ச் சிரித்தாள் அருணா.

அவள் வில்லனா என்ன, 'கக்கக்கக்கா' என்று தியேட்டர் அதிரச் சிரிக்க?

அத்தியாயம் : 5

பட்டிக்காட்டு மாமியின்
பார்வையில் பயாஸ்கோப்...

மாமி போட்டுக் கொடுப்பது காபியாயிருந்தாலும் சரி, சமைத்துப் பரிமாறுவது சாப்பாடாயிருந்தாலும் சரி, அவற்றைச் சாப்பிட்டே தீரவேண்டிய துர்ப்பாக்கியம் நேரும் போதெல்லாம் அதை ஒரு தண்டனையாகவே எண்ணி அனுபவிப்பது மாதவனின் வழக்கம். அந்தத் தண்டனையைக் காலையில் ஒரு தடவையும், மத்தியானம் இன்னொரு தடவையும் அனுபவித்த பின், ஒரு 'மினித் தூக்கம்' போட்டால் தேவலை என்று தோன்றிற்று அவனுக்கு. முதல் நாள் இரவு மதனாவுடன் கொஞ்சிக் குலாவுவதற்குப் பதிலாக மாமாவுடன் சீட்டாடிக் கொண்டிருந்தவனல்லவா அவன்? கண்ணைச் சுழற்றிக்கொண்டு வந்தது தூக்கம்; படுத்தான்.

பகற் கனவு...

'அத்தானும் என்னுடன் சினிமாவுக்கு வந்தால்தான் ஆச்சு!' என்று அடம் பிடிக்கிறாள் நீலா.

இல்லை; அவள் அடம் பிடிக்கவில்லை. அவளை அடம் பிடிக்க வைக்கிறாள் மாமி.

இது என்ன தர்மசங்கடம் ? அன்று மாலை 'பெண்கள் விடுதி'க்கு வந்து மதனாவைப் பார்ப்பதாக அல்லவா தன் கடிதத்தில் எழுதியிருந்தான் அவன்?

'கச்சேரி கிச்சேரி எல்லாம் உங்கள் மாமாவுக்குத்தான் பிடிக்கும்; குழந்தைக்குப் பிடிக்காது!' என்கிறாள் மாமி, கதவிடுக்கில் நின்றுகொண்டு.

'எதிர்கால மாப்பிள்ளை'யை நேருக்கு நேராகப் பார்த்துப் பேச அத்தனை கூச்சம் அவளுக்கு! 'சினிமா என்றால் எனக்குப் பிடிக்காதே, நான் என்ன செய்ய?' என்கிறான் இவன், மாமியைப் பார்ப்பதற்குப் பதிலாக அவளை மறைத்துக்கொண்டிருக்கும் கதவைப் பார்த்து.

'ரொம்ப நன்றாய்த்தான் இருக்கிறது, குழந்தை ஆசைப்பட்டுக் கூப்பிடுகிறாள்...'

அவள் முடிக்கவில்லை; 'அதில் இன்னொரு சங்கடமும் இருக்கிறது. மாமி! குழந்தையை சினிமாவுக்கு அழைத்துக் கொண்டு போகக்கூடாது. சமய சந்தர்ப்பம் தெரியாமல் அது கத்தும்; சுற்றியிருப்பவர்கள் தங்கள் சுவாரஸ்யம் கெட்டுப் போய்விடுகிறதே என்பதற்காக 'ஸ், ஸ்' என்று சீறுவார்கள். நாம் படம் பார்ப்பதை விட்டுவிட்டுக் குழந்தையை வெளியே தூக்கிக்கொண்டு போய் சாக்லெட், கீக்லெட் வாங்கிக் கொடுத்து சமாதானம் செய்ய வேண்டியிருக்கும். ஏன் அந்தத் தொல்லையெல்லாம்? வேண்டாம், மாமி!' என்று கை கழுவப் பார்க்கிறான் இவன்.

அப்போது நீலா இரு கைகளையும் சேர்த்துக் கால் இடுக்கில் வைத்து முறுக்கிக்கொண்டே அம்மாவுக்கு எதிர்த்தாற்போல் வந்து நின்று, 'அம்மா, அம்மா! அத்தான் ரொம்ப வேடிக்கையாப் பேசறாரு, இல்லேம்மா?" என்கிறாள் தன் உடம்பையும் அஷ்ட கோணலாக வளைத்து.

'ஐயோ, ஐயோ! அம்மாவும் பெண்ணுமாய்ச் சேர்ந்து ஏன்தான் இப்படி வெட்கப்படுகிறார்களோ, தெரியவில்லையே?' என்று தனக்குள் எண்ணிப் பொருமுகிறான் இவன்.

இந்தச் சமயத்தில் நீலா தன் அம்மாவின் காதோடு காதாக ஏதோ சொல்ல, 'அதை என்னிடம் சொன்னால்?... அத்தானிடம் நேரே போய்ச் சொல்லேன்!' என்கிறாள் மாமி.

'அத்தான் அத்தான்னு கலியாணத்துக்கு முன்னால் சொல்லக்கூடாது. மாமி!' என்று அதற்கும் ஓர் ஆட்சேபணையைக் கிளப்பப் பார்க்கிறான் இவன்.

'அதெல்லாம் அசலாருக்குத்தான்; சொந்தக்காரர்களுக்குக் கிடையாது!' என்று அடித்துச் சொல்கிறாள் அவள்.

அதைக் கேட்டு, 'அத்தான், என் அத்தான்!' என்று தனக்குத் தெரிந்த ஏதோ ஒரு சினிமாப் பாட்டை மெல்ல முணு முணுக்கிறாள் நீலா. பதிலுக்குச் 'செத்தான், செத்தான்!' என்று முணுமுணுத்து, இவன் அவளைப் பழிக்குப் பழி வாங்குகிறான்.

அதற்குள் அங்கே வந்த மாமா, "நமக்கு வேண்டிய சீட்டுக்கு ரிசர்வேஷன்கூடச் செய்துவிட்டு வந்துவிட்டேன்!" என்கிறார், தம் மனைவியிடம்.

'மாப்பிள்ளைக்கும் சேர்த்துத்தானே?' என்கிறாள் மாமி, முன்றானையை இழுத்துப் போர்த்திக்கொண்டு.

'அவனுக்கு இல்லாமலா? அவன் இல்லாமல் அவள்தான் சினிமா பார்க்க வருவாளா?' என்கிறார் மாமா, வாயெல்லாம் பல்லாக.

'அவளை அவளைச் சொல்கிறீர்களே, அவள் இல்லாமல் அவர் மட்டும் சினிமா பார்க்கிறேன் என்றா சொல்கிறார்?' என்று மாமி சிரித்துக்கொண்டே அவன் தலையில் 'ஐஸ்' வைக்கிறாள்...

"ஐயோ, இது என்ன அநியாயம், அக்கிரமம்!" என்று மாதவன் அலறிப் புடைத்துக்கொண்டே எழுந்து உட்கார, "ஏதாவது கனவு கினவு கண்டீர்களா?" என்று மெல்லக் கேட்டுக்கொண்டே வந்தாள் மாமி.

"ஆமாம், நரகத்துக்குப் போவது போல் கனவு கண்டேன்!" என்றான் மாதவன்.

"அப்படி என்ன பாவம் செய்துவிட்டீர்கள், நீங்கள்?" என்றாள் அவள், ஒன்றும் புரியாமல்.

"என் அப்பாவுக்குப் பிள்ளையாய்ப் பிறந்தது நான் செய்த முதல் பாவம்; உங்களுக்கு உறவு முறையில் மாப்பிள்ளையாக இருப்பது நான் செய்த இரண்டாவது பாவம்" என்று சொல்ல நினைத்த அவன், போனாற் போகிறதென்று அப்படிச் சொல்லாமல், "ஒன்றுமில்லை, தூக்கத்தில் ஏதோ உளறினேன்!" என்று சொல்லிக்கொண்டே, முகம் கழுவச் சென்றான்.

"அந்த விஷயத்தில் உங்கள் மாமாவுக்கு நீங்கள் தோற்றவர் இல்லைபோல் இருக்கிறது!" என்று சொல்லிக் கொண்டே அவள் அவனுக்காக அவசரம் அவசரமாகக் காபி போடச் சென்றாள்.

"என் தலையையும் சேர்த்து ஏண்டி, உருட்டறே?" என்று சொல்லிக்கொண்டே திண்ணையைத் தேடி வெளியே சென்ற மாமா, அங்கே திண்ணையைக் காணாமல் 'திண்ணை இல்லாத வீடு என்ன வீடு?' என்று தமக்குள் பொருமிக் கொண்டே நின்றார்.

'பலிக்காது; பகற் கனவு பலிக்காது!' என்று தன்னைத் தானே தைரியப்படுத்திக்கொண்டு, குளிக்கும் அறைக்குள் நுழைந்தான் மாதவன்.

'முன்னெல்லாம் ஒரு பெண் கலியாணத்துக்குத் தயாராகி விட்டால் எவனாவது ஒருவன் வீடு தேடி வந்து பார்க்கும்வரை அவளைப் பெற்றவர்கள் வீட்டோடு வைத்துக் கொண்டிருப்பார்கள். இப்போது என்னடாவென்றால் அவர்களே எவனாவது ஒருவன் வீட்டைத் தேடி அவனை

அழைத்துக் கொண்டு வந்து விடுகிறார்களே?' என்ற ஆற்றாமையுடன் அவன் தன் முகத்தைக் கழுவிக்கொண்டு திரும்பியபோது,

"'கொடுடி, கொடுடின்னா'" என்ற மாமியின் குரல் அவன் காதில் விழுந்தது.

'என்னத்தைக் கொடுக்கச் சொல்கிறாள் மாமி, இந்தப் பட்டப் பகலில்?' என்று அவன் திடுக்கிட்டுச் சுற்றுமுற்றும் பார்க்க, நீலாவின் கையில் முகம் துடைக்கும் துண்டு ஒன்றைத் திணித்துவிட்டு, "'போடி, போடின்னா"' என்று கட்டை வண்டிக்குப் பின்னால் தலையை முட்டுக் கொடுத்துத் தள்ளும் வண்டிக்காரன் போல, அவள் முதுகில் கையை வைத்துத் தள்ளிக்கொண்டிருந்தாள் மாமி.

'என்ன கஷ்டம், என்ன கஷ்டம்' என்று அவளுக்குத் தெரியாமல் தன் தலையில் அடித்துக்கொண்டே, "அவளுக்கு ஏன் மாமி, அனாவசியமா தொந்தரவு கொடுக்கிறீங்க?" என்றான் மாதவன், அந்த ஆபத்திலிருந்து தப்ப.

'அனாவசியம் என்ன, அனாவசியம் கலியாணத்துக்கு ஒரு பையன் இருக்கிறான்னா, கண்டவளெல்லாம் மேலே விழுந்து பழகுகிற காலமாச்சே, இது? இந்தக் காலத்திலே இவள் இவ்வளவு கட்டுப்பெட்டியாகவா இருப்பது?"

'"அதற்காக அவளை இப்போது என் மேலே விழுந்து பிடுங்கச் சொல்கிறீர்களா, என்ன? " 'மேலே விழுந்து பிடுங்க வேண்டாம்; எட்ட இருந்தாவது பிடுங்கலாமோ, இல்லையோ?" என்ற அவள், '"போடி, போடின்னா"' என்று தன் மகளை மறுபடியும் மாதவனை நோக்கித் தள்ளிவிட்டாள்.

அவளோ சண்டி மாடு மாதிரி நின்ற இடத்திலேயே நின்று கொண்டு, 'எனக்கு வெட்கமாயிருக்கு, அம்மா!' என்றாள்.

'இந்தக் காலத்திலே அவர் இல்லேடி, உன்னைப் பார்த்து வெட்கப்படனும்? நீ எதுக்கு வெட்கப்படறே பயாஸ் கோப்பிலே பார், இப்படி ஒரு துண்டை எடுத்துக்கொண்டு வந்து கொடுக்கக்கூட அதிலே வர்றவ என்ன துள்ளுத்துள்ளறா, என்ன பாட்டுப் பாடறா, எப்படி எப்படியெல்லாம் இளிக்கிறா!' என்று மாமியும் அதே மாதிரி ஆடிக் காட்ட, "வேண்டாம் மாமி, சினிமாக்காரன் பார்த்தா உங்களை வேன்'லே தூக்கிப் போட்டுக் கொண்டு போய் விடுவான்' என்று கண்ணை மூடிக்கொண்டே தன் அறைக்குள் நுழைந்தான் மாதவன்.

அதற்குமேல் அவனுடைய பொறுமையைச் சோதிக்க விரும்பாமலோ என்னவோ, தன் மகளிடம் இருந்த துண்டை வாங்கித் தானே மாப்பிள்ளையிடம் கொடுத்துவிட்டு, ‘‘இங்கே வாடி' என்று அவளைப் பிடித்து இழுத்துக் கொண்டு சமையலறைக்குச் சென்றாள் மாமி.

அடுத்த முற்றுகை எதுவாயிருக்குமோ? அந்த முற்றுகையின்போது நிராயுதபாணியான தன்னைத் தாக்குவதற்கு இவர்கள் எந்தெந்த ஆயுதங்களையெல்லாம் பயன்படுத்துவார்களோ? அது ஒருவேளை பலகாரம், காபியாக இருந்தால், அவற்றை எப்படிச் சமாளிப்பது? காலையில் இவர்கள் கொடுத்த காபியையும், அதற்குப் பின் இவர்கள் போட்ட சாப்பாட்டையும் சமாளிப்பதற்குள்ளேயே தன் பாடு போதும், போதும் என்றாகிவிட்டதே, என்ன செய்யலாம்? எப்படி இவர்களிடமிருந்து தப்பலாம்? சொல்லிக் கொள்ளாமல் ஓடி விடலாம் என்றாலும் வெளியே மாமா நிற்கிறார் பாழும் வீட்டுக்குப் புழக்கடை வழி என்று ஒரு வழியாவது இருக்கிறதா?அதுவும் இல்லை. அப்படியே இருந்தாலும் அங்கே போய் மாமி நிற்பாளோ, என்னவோ? கடவுளே இந்தத் திட்டமிட்ட சதி’’யிலிருந்து என்னைக் காப்பாற்ற மாட்டாயா? ஏதாவது ஒரு நல்ல ஒட்டலில் நல்ல 'டி.பன் சாப்பிட்டுவிட்டுப் போய் என் ஆசை மதனாவைப்

பார்க்க எனக்கு நீ அருள் புரிய மாட்டாயா?" என்று பலவாறாக எண்ணி அவன் பயந்துகொண்டிருந்தபோது, பலகாரத் தட்டும்

கையுமாக நீலா பாய்ந்து வந்து அவன் காலடியில் விழுந்தாள். "தீர்க்க சுமங்கலீ பவ!" என்று அவளை வயிற்றெரிச்சலோடு வாழ்த்திக்கொண்டே, அவன் அவளைத் தூக்கிவிடுவதற்காகக் கீழே குனிந்தபோது, "ஐயோ, பெண்ணே போடின்னு சும்மா ஒரு தள்ளுத் தள்ளி விட்டா, இப்படியா போய் அவர் காலிலே விழுந்து அதற்குள்ளே, ஆசீர்வாதம் பண்ணிக்குவே?' என்று அவள் அம்மா வழக்கம்போல் கதவிடுக்கில் நின்று முகவாய்க் கட்டையின் மேல் கையை வைத்தாள். 'போம்மா, என்னைப் பிடிச்சு ஒரே தள்ளாத் தள்ளிட்டு உஊஉஊ...' என்று கண்ணைக் கசக்கிக்கொண்டே அவசரம் அவசரமாக எழுந்து, அவளுக்கு எதிரே அரக்கப்பரக்க வந்து நின்றாள் அவளுடைய அருமைமகள் நீலா.

'"அடி, என் கண்ணே! அழும்போதுகூட நீ எவ்வளவு அழகாயிருக்கேடி!'" என்று அவள் கன்னங்கள் இரண்டையும் தன் கைகளால் வழித்து நெட்டி முறித்தாள் அம்மா.

"போதாது மாமி, அவள் அழகுக்கு அது போதவே போதாது. அவளை உள்ளே அழைத்துக்கொண்டு போய் இன்னும் ஏதாவது நல்ல திருஷ்டியாகக் கழித்துப் போடுங்கள்!'" என்றான் மாதவன்.

அதைக் கேட்டுச் சற்றே முகம் சிவந்த மாமி, '"அதிருக்கட்டும், லட்டு எப்படி இருக்கு?'" என்று தன் பேச்சை மாற்றினாள்.

'"அதை ஏன் கேட்கிறீங்க போங்க, யாருக்கோ பட்டு மாமின்னு பேர் வைத்திருக்கிறார்களாமே, அந்த மாதிரி உங்களுக்கு லட்டு மாமின்னே பேர் வைத்துவிடலாம் போல இருக்கு'" என்றான் மாதவன்.

“நான் ஒண்ணும் அதைப் பிடிக்கல்லே, இவதான் உங்களுக்காகப் பிடித்து வைத்தாளாக்கும்”" என்றாள் அவள் தன் பெண்ணைச் சுட்டிக்காட்டி.

“அப்படியா, காராபூந்திக்குப் பதிலா வேறு ஏதாவது பண்ணியிருக்கலாம்' என்றான் இவன், அவளை ஏறெடுத்துக் கூடப் பார்க்காமல்.”

“'ஏன்?”

“ஒண்ணொன்னா தின்னு முடியறதுக்குள்ளே பொழுது விடிந்துவிடும் போல இருக்கே? ” “அதெல்லாம் ஒண்ணும் விடியாது; சாப்பிடுங்க. இதோ, நான் போய்க் காபி கொடுத்தனுப்பறேன்!” என்று லட்டு மாமி திரும்பினாள்.”

“அம்மாம்மா அத்தான் ரொம்ப வேடிக்கையாப் பேசறாரு, இல்லேம்மா?' என்றாள் நீலா.”

'எல்லாம் உன்னைப் பார்த்த சந்தோஷந்தாண்டி, இப்படி வா' என்று மறுபடியும் அவளைப் பிடித்து இழுத்துக் கொண்டு சமையலறைக்குள் நுழைந்தாள் மாமி.

அப்போது, 'டாக்ஸிகூட வந்து வாசலில் நின்று விட்டது, மாப்பிள்ளை நீங்கள் 'ரெடி'யாக வேண்டியதுதான் பாக்கி' என்று சொல்லிக்கொண்டே மாதவனுக்கு எதிர்த்தாற் போல் வந்து நின்றார் அவருடைய மாமா.

"எதற்கு?' என்று ஒன்றும் புரியாமல் கேட்டான்மாதவன்.

'உங்களுக்குத் தெரியாதா, சினிமாவுக்கு சீட்டெல்லாம் கூட ரிசர்வ் செய்தாகிவிட்டதே' என்றார் அவர்.

அட இழவே பகற்கனவுகூட இவர்களுக்காகப் பலித்து விட்டதுபோல் இருக்கிறதே? என்று அவன்திரும்ப, 'ஆகட்டும் மாப்பிள்ளை, சீக்கிரம்' என்று அவசரப்படுத்தினார் மாமா.

அப்போது அவர் நின்ற தோரணையைப் பார்த்தால், அவனாக வராவிட்டால் அவர் அவனைக் குண்டுக்கட்டாகத் தூக்கிக் கொண்டு போய் டாக்ஸியில் போட்டுவிடுவார் போலிருந்தது.

வேறு வழியின்றி, ‘மதனா! நேற்றும் உன்னை ஏமாற்றத்துக்குள்ளாக்கினேன்; இன்றும் உன்னை ஏமாற்றத்துக்குள்ளாக்குகிறேன். என்னை மன்னித்து விடு, மதனா!’ என்று மானசீகமாக வேண்டிக்கொண்டே, சட்டையை எடுத்து மாட்டிக்கொண்டான் மாதவன்.

அத்தியாயம் : 6

காதல் என்பதும் தொடர்கதைதான்,
கணக்கே இல்லாதது!...

மாலை மணி ஐந்தும் ஆயிற்று, ஆறும் ஆயிற்று; மாதவனைக் காணோம். அவனுக்காக மதனா நாலரை மணிக்கே விடுதியை விட்டு வெளியே வந்து காத்திருந்ததுதான் மிச்சம்; வந்தது அவன் அல்ல; கொட்டாவி

ஆஆஆவ்வ்!...

அவள் தன் இருபத்தோராவது கொட்டாவியை இத்தனை அட்டகாசமாக விட்டுக்கொண்டிருந்தபோது, அவளுடைய வாய்க்கு அருகே யாரோ ஓர் ஆண் பிள்ளையின் கை நீண்டது. நீண்ட கை சும்மா இருக்கவும் இல்லை; விரலைச் சொடுக்கி 'டிக், டிக், டிக்' என்று மும்முறை சிட்டிகையும் போட்டு வைத்தது.

மிரண்டு போய்த் திரும்பினாள் மதனா, அசடு வழிய அவளுக்குப் பின்னால் நின்றுகொண்டிருந்த 'அப்கோர்ஸ் ஆனந்தன்', "ஒன்றுமில்லை; கொட்டாவிக்கு 'சென்ட் ஆப்' கொடுத்தேன், அவ்வளவுதான்!" என்றான்.

"நீங்களா!" என்றாள் அவள், ஏமாற்றத்துடன்.

"ஏன், மாதவன் என்று நினைத்தாயா? அவன் தன் எதிர்கால மனைவி நீலாவுடன் சினிமாவுக்கல்லவா போயிருக்கிறான்?"

"என்ன இங்கே நான் ஒரு மனைவி இருக்க, அங்கே இன்னொரு மனைவியா"?

“ஒருவனுக்கு ஒருத்தி, ஒருத்திக்கு ஒருவன் என்பதெல்லாம் பழமை, பத்தாம்பசலித்தனம். டபிள், ட்ரிபிள் என்று இருப்பதுதான் இப்போது புதுமை, புரட்சி”

'“அட, பாவி”'

'“அப்கோர்ஸ், இருக்கலாம்; அவன் உனக்குப் பாவியாக இருக்கலாம். ஆனாலும் அவனை நான் புண்ணியவான் என்றே சொல்ல வேண்டும்”...'

'“ஏனாம்”?"

'“மீண்டும் ஒரு முறை என் இதயத்தை உன்னிடம் திறந்து காட்ட அவன் எனக்கொரு சந்தர்ப்பத்தை அளித்திருக்கிறானல்லவா”?

'கலியானத்திற்குப் பிறகுமா?"

'“அதில் என்ன சந்தேகம்? இப்போதெல்லாம் காதலுக்குக்கலியாணம் ஒரு முடிவும் அல்ல; முட்டுக்கட்டையும் அல்ல. உன்னை நான் தொடர்ந்து காதலிப்பேன் கண்ணே, தொடர்ந்து காதலித்துக்கொண்டே இருப்பேன்”

“அட, என் ராஜா அதிசயக் காதலாயிருக்கிறதே, இது?”

'“அபூர்வமான காதல் என்றும் சொல்லு”'

'“அதற்குத்தான் இப்போது வந்திருக்கிறீர்களா, நீங்கள்”?

'“இல்லை, அதற்கு மட்டும் இல்லை; அதர்மம் எங்கெல்லாம் தலை தூக்குகிறதோ, அங்கெல்லாம் தர்மத்தைக் காக்க அடியேன் வருவேன்”!

சாட்சாத் கிருஷ்ண பரமாத்மாவோ?'' "அவனுக்கு அடித்த அதிர்ஷ்டம் எனக்கு எங்கே அடிக்கிறது? அவன் எதையாவது கடித்துத் தின்றுவிட்டு மீதியைக் கொடுத்தால்கூட கோபியர் அதை வாங்கித் தேவாமிர்தமாக எண்ணிச் சாப்பிட்டார்களாம். நான் கொடுத்தால் யார் சாப்பிடுகிறேன் என்கிறார்கள்?"

"ஐயோ, பாவம்! நான் வேண்டுமானால் சாப்பிட்டுத் தொலைக்கட்டுமா?"

அவள் இப்படிச் சொன்னதுதான் தாமதம், "நிஜமாகவா மதனா, நிஜமாகவா?" என்று ஆனந்தன் வாயெல்லாம் பல்லாகக் கேட்டான்.

"சந்தேகப்படக் கூடாது; எதிலும் நம்பிக்கை வேண்டும். நம்பிக்கையே எல்லா வெற்றிகளுக்கும் அடிப்படை" என்றாள் அவள்.

"ஆகா! எவ்வளவு பெரிய தத்துவத்தை எடுத்து இரண்டே வார்த்தைகளில் சொல்லிவிட்டாய்! அழகில் நீ ரதி மட்டுமல்ல; அறிவிலும்... அறிவிலும்..."

"யாரைச் சொல்வதென்று தெரியவில்லையா? 'ஔவை' என்று சொல்லுங்களேன்?"

"சே, அவள் கிழவி"

"உண்மையான காதல் கிழவியென்றும் குமரியென்றும் பிரித்துப் பார்ப்பதில்லை; அது தெரியுமா, உங்களுக்கு?"

"அப்கோர்ஸ், இருக்கலாம்; இருட்டில் வேண்டுமானால் சிலருக்குக் கிழவியென்றும், குமரியென்றும் வித்தியாசம் தெரியாமல் இருக்கலாம். அதற்காக நான் கிழவியைக் கலியாணம் செய்துகொண்டு என்ன செய்வது? வெற்றிலை பாக்கா இடித்துக் கொடுத்துக்கொண்டிருப்பது?" "யாருக்கு

யார் எதைச் செய்தால் என்ன? அதில் ஊடுருவி நிற்கும் அன்புதான் முக்கியம்."

"அன்பு, பாட்டிக்குப் பேரன்மேல் இருக்கட்டும்; பேரனுக்குப் பாட்டியின் மேல் இருக்கட்டும்; எனக்கு அது வேண்டாம்!" என்று சொல்லிக்கொண்டே, கால் சட்டைப் பைக்குள் கையை விட்டு, ஓர் ஆப்பிள் பழத்தை எடுத்தான் ஆனந்தன். அதை ஒரு பக்கம் கடித்துத் தின்றுவிட்டு, மீதியை அவளிடம் கொடுத்தான்.

"அடி, சக்கை! காதல் பரீட்சைக்குத் தயாராக வந்திருக்கிறீர்கள் போலிருக்கிறதே?"

"ஆமாம், ஒரு காதல் மறைந்த பிறகு இன்னொரு காதல் தோன்ற வேண்டியதுதானே?"

"மறைவது எப்படிக் காதலாகும்?"

"அதெல்லாம் ராமாயணக் காலத்துக்காதல் 'ராமா, ராமா' என்று இருந்தாளாம் சீதை; 'சீதா, சீதா' என்று இருந்தானாம் ராமன். 'இந்தக் காலத்துக் காதல் அப்படியா இருக்கிறது? மறைகிறது, தோன்றுகிறது; மறைகிறது, தோன்றுகிறது!"

"அதற்குப் பெயர் காதல் அல்ல, கவர்ச்சி; இனக் கவர்ச்சி!"

"கழுதையை எந்தப் பெயரிட்டு அழைத்தால் என்ன? எல்லாம் ஒன்றுதான்"

"காதலுக்குக் 'கழுதை' என்று கூட ஒரு பெயர் உண்டா?"

"உண்டு; முன்னால் அது முட்டாவிட்டாலும் பின்னால் உதைக்குமே!"

"அப்படிப்பட்ட காதலை நீங்கள் ஏன் இன்னும் கட்டிக் கொண்டு அழவேண்டுமாம்?"

"தூங்கத்தான்"

"என்ன, காதல் தூங்குவதற்கா?"

"ஆமாம், இல்லாவிட்டால் மனம், 'மதனா, மதனா!' என்று சபித்துக்கொண்டிருக்க, கண்கள் 'எங்கே, எங்கே?' என்று தேடிக்கொண்டே... இருக்குமே!"

"அதற்காக...?"

"வேறொன்றும் செய்ய வேண்டாம்; இந்த ஆப்பிளைச் சாப்பிட்டுவிடு, போதும். நான் நேரே சொர்க்கத்துக்குப் போய் விடுவேன்"

"திரும்பி வர மாட்டீர்களே?"

"நான் அந்த சொர்க்கத்தைச் சொல்லவில்லை; 'ஒதெல்லோ' நாடகத்தில் ஷேக்ஸ்பியர் சொல்கிறானே, அந்த சொர்க்கத்தைச் சொல்கிறேன்!"

"அது என்ன சொர்க்கம்?"

"அதை வாயால் சொல்லக்கூடாது, மனத்தால் மட்டுமே எண்ணி மகிழவேண்டிய சொர்க்கம் அது!"

"ஓ, அப்படியானால் இதை நான் சாப்பிட்டு என்ன பிரயோசனம்? போனால் திரும்பி வர முடியாத சொர்க்கம் எதற்காவது நீங்கள் போவதாயிருந்தால் சொல்லுங்கள், அவசியம் சாப்பிடுகிறேன்; இல்லாவிட்டால் வேண்டாம்!" என்று அவன் கொடுத்த பழத்தை அவன் மேலேயே வீசி எறிந்தாள் அவள்.

அப்போது, "என்ன, மீண்டும் தோல்வியா?" என்று கேட்டுக்கொண்டே அங்கு வந்தாள் அருணா.

"ஆமாம்" என்றான் ஆனந்தன்.

"கவலைப்படாதீர்கள்; தோல்வியே வெற்றிக்கு அடிப்படை" என்றாள் அவள்.

"எல்லாவற்றுக்கும் ஏதாவது ஒரு சமாதானம் உண்டு, இந்தப் பாழாய்ப்போன உலகத்தில்!" என்றான் அவன் வெறுப்புடன்.

"இல்லாவிட்டால் மனிதன் ஒரு நாளாவது இந்த உலகத்தில் வாழ முடியுமா, என்ன?" என்றாள் மதனா, எங்கேயோ வெறித்துப் பார்த்துக்கொண்டே..

அவளைப் பார்த்துப் பல்லை 'நறநற'வென்று கடித்துக் கொண்டே, "ஆமாம், நீ சினிமாவுக்குப் போகவில்லையா?" என்றான் ஆனந்தன், அருணாவை மெல்லச் சீண்டி.

அவள் முகத்தைச் சுளித்தவண்ணம் அவன் சீண்டிய இடத்தைத் தன் கையால் தட்டித் துடைத்துவிட்டு, "போனேன், அவர்தான் என்னைத் திருப்பி அனுப்பிவிட்டார்!" என்றாள், ஏமாற்றத்துக்குள்ளான குழந்தை விம்முவது போல் ஒரு விம்மல் விம்மி.

"ஏன்?"

"மதனாவுக்கு நான் இங்கே துணையாக இருக்க வேண்டுமாம்; நீலாவுக்கு அவர் அங்கே துணையாக இருக்கப் போகிறாராம்!" என்றாள் அவள்.

இதைக் கேட்டதும், "அவரா சொன்னார் அப்படி?" என்று வியப்புடன் குறுக்கிட்டுக் கேட்டாள் மதனா.

"எல்லாம் அவர்ர்ர்தான் சொன்னார்ர்ர்" என்றாள் அருணா, முதல் நாள் இரவு 'அவர்' என்பதற்கு மதனா கொடுத்த அழுத்தத்தைத் தானும் கொடுத்து.

"அப்படியானால் அவர் இன்னும் என்னை அடியோடு கைவிட்டு விடவில்லைபோல் இருக்கிறதே" என்றாள் மதனா, இழந்த நம்பிக்கையை மீண்டும் பெற்று.

"போடி, பைத்தியமே! அவன் உன்னை அடியோடு கொல்லவா நினைக்கிறான், அணுவணுவாக அல்லவா கொல்ல நினைக்கிறான்!" என்றாள் அருணா, அதற்குள் தன்னை ஒருவாறு சமாளித்துக்கொண்டு.

"ம், பாழும் உண்மை எங்கே, எப்பொழுது சீக்கிரம் வென்றது, இங்கே வெல்ல? நான் வருகிறேன்!" என்று காந்திஜியின் அடிச் சுவட்டை அப்படியே பின்பற்றி நடப்பது போல் நடந்தான் ஆனந்தன்.

அத்தியாயம் : 7

கலியாணத்திற்குப் பிறகு ஒர் ஆணோ, பெண்ணோ வேறு யாரையும் காதலிக்கக் கூடாதா?

இது என்ன அநியாயம்?...

'அப்கோர்ஸ் ஆனந்த'னின் தலை மறையும் வரை அவனையே பார்த்துக்கொண்டிருந்த மதனா, "போர்பந்தரிலோ, வேறு எங்கேயோ காந்திமகானின் மறு பிறவியாகப் பிறந்து, காஷ்மீரிலோ, வியட்நாமிலோ 'சமாதான யாத்திரை' செய்து கொண்டிருக்க வேண்டியவர், தவறிப் போய் இங்கே பிறந்து, 'காதல் யாத்திரை' செய்துகொண்டிருக்கிறார்!" என்றாள் அருணாவின் பக்கம் திரும்பி.

"யாரைச் சொல்கிறாய்?" என்றாள் அவள் தெரிந்தும் தெரியாதவளைப்போல.

"உண்மைக்கென்றே பிறந்து, உண்மைக்கென்றே உயிர் வாழும் அந்த உத்தமனைத்தான்!"

"எந்த உத்தமனை?"

"அவன்தாண்டி, அந்த ஆனந்தனை"

"ஐயையோ! அவரையா சொல்கிறாய், அப்படி? இன்று சாயந்திரம்கூட, 'பாலிடால், பாலிடால்' என்று ஏதோ ஒரு பூச்சி மருந்து இருக்காமே, அது எங்கேயாவது கொஞ்சம் கிடைக்குமா என்று அவர் யார் யாரையோ 'கெஞ்சு, கெஞ்சு' என்று கெஞ்சிக் கொண்டிருந்தாரே!"

"எதற்கு?"

"உன்னை மறப்பதற்காக அதையாவது காபியில் கலந்து குடித்து உயிரை விடுவதற்கு!"

"அட, கடவுளே! என்னைக் கேட்டிருந்தால் எங்கிருந்தாவது கொஞ்சம் வாங்கிக் கொடுத்திருப்பேனே!"

"பாவம், உன்னைக் காதலிப்பதற்காக நீ அவருக்குத் தர நினைக்கும் 'காதல் பரிசு' அதுதானா?"

"ஆமாம்; அவனால் எனக்கு ஏற்படும் தொல்லை இன்னொருத்திக்காவது ஏற்படாமல் இருக்குமல்லவா?"

"அவர் உன்னைத் தவிர வேறு யாரையும் காதலிப்பதில்லை ; அது எனக்குத் தெரியும்!" என்று அடித்துச் சொன்னாள் அருணா.

"ஏமாந்தால் அவன் உன்னை மட்டுமல்ல, இந்த உலகத்திலுள்ள அத்தனை பெண்களையுமே காதலிப்பான்; அது எனக்குத் தெரியும்!" என்று மதனாவும் பதிலுக்கு அடித்துச் சொன்னாள்.

"யாரை நம்ப வேண்டுமோ, அவரை நம்பமாட்டாய்; எவனை நம்பவேண்டாமோ அவனை நம்புவாய். நீ வாடியம்மா, உள்ளே போவோம்" என்றாள் அருணா, அவளைக் கொஞ்சம் விட்டுப் பிடிப்பதற்காக.

"ஆமாம், அவர் நீலாவுடன் சினிமாவுக்குப் போயிருப்பது உனக்கு எப்படித் தெரிந்தது?" என்றாள் மதனா, அவளைத் தொடர்ந்து உள்ளே சென்றுகொண்டே.

"ஆனந்தன்தான் சொன்னார்; முதலில் நான் அதை நம்பவேயில்லை. 'நீ வேண்டுமானால் போய்ப் பார்!' என்றார்;

'எதற்கும் போய்த்தான் பார்ப்போமே?' என்று போனால், அங்கே அவர் சொன்னபடியே அவன் 'ஜாம், ஜாம்' என்று நீலாவுடன் சினிமாவுக்குப் போய்க் கொண்டிருக்கிறான். என்னைக் கண்டதும் திருடனைத் தேள் கொட்டியதுபோல் ஆகிவிட்டது அவனுக்கு. இருந்தாலும் சமாளித்துக்கொண்டு, 'போ, போ! உன்னை நம்பித்தானே மதனாவை அங்கே அனுப்பி வைத்தேன்? அங்கே நீ அவளைத் தனியாக விட்டுவிட்டு இங்கே வந்து நிற்கிறாயே! போ, போ! இன்றிரவு மட்டும் நீ அவளுக்குக் கொஞ்சம் துணையாயிரு; நாளைக் காலையில் நான் வந்து அழைத்துக்கொண்டு போய் விடுகிறேன்!" என்றான் அவன், உனக்காக அப்படியே உருகி விடுபவனைப் போல. என்ன இருந்தாலும் ஒரே இடத்தில் வேலை செய்பவர்களல்லவா நாம்? அவன் அப்படிக் கெஞ்சும்போது, எப்படி மாட்டேன் என்கிறது? 'சரி' என்று வந்துவிட்டேன்!"

"நல்ல வேளை, நீ வந்திருக்காவிட்டால் அந்த ஆனந்தன் இன்னும்கூட இந்த இடத்தை விட்டுப் போயிருக்க மாட்டான்"

"இங்கே நீ இப்படிச் சொல்கிறாய்; அங்கே ஆனந்தன் என்னிடம் என்ன சொல்லிவிட்டு வந்தார், தெரியுமா? 'பாவி, இன்று சாயந்திரம் நீலாவுடன் தான் சினிமாவுக்குப் போகப் போவது ஏற்கெனவே தெரிந்திருந்தும், 'மாலை ஐந்து மணிக்கு நான் விடுதிக்கு வருகிறேன்' என்று அவன் மதனாவுக்கு எழுதியிருந்த கடிதத்தில் குறிப்பிட்டிருந்தானாம். அங்கே அவள் அவனை எதிர்பார்த்து எதிர்பார்த்து எப்படி ஏங்குகிறாளோ, என்னவோ? நானாவது போய் அவளைப் பார்க்கிறேன்' என்று துடியாய்த் துடித்துக்கொண்டு வந்தார்!"

"ஆமாம், அவர் எனக்கு எழுதிய கடிதம் அவனுக்கு எப்படித் தெரிந்தது?"

"எல்லாம் அந்த மாதவன் சொல்லித்தான் தெரிந்திருக்கிறது! உன்னைப்பற்றி அவன் எதைத்தான் இதுவரை அவரிடம் சொல்லாமல் இருந்திருக்கிறான்? எல்லாவற்றையும்தான் சொல்லியிருக்கிறான்!" என்று கூறிக் கொண்டே, கதவைத் திறந்து கொண்டு உள்ளே சென்று, உடை மாற்றலானாள் அவள்.

மதனாவுக்கு ஒன்றும் புரியவில்லை. ஒரு பக்கம் பார்த்தால், மாதவன் தன்னை இன்னும் கை விட்டுவிட வில்லை என்று அவளுக்குத் தோன்றிற்று; இன்னொரு பக்கம் பார்த்தால், அவர் தன்னைக் கைவிடாவிட்டாலும் தான் அவரைக் கைவிடுவதற்கு வேண்டிய காரியங்கள் அனைத்தையும் அவர் ஒன்று விடாமல் செய்து கொண்டிருப்பதாகவும் தோன்றிற்று.

இதற்கிடையில் அவரைப் பற்றித் தான் கேள்விப்பட்ட அந்தக் கதை - அதுதான் தன்னைப் பார்த்துத் திரௌபதி எதற்கோ சிரித்தாள் என்பதற்காகத் துரியோதனன் அவளைச் சூதில் வென்று துகிலுரிந்தது போல, மாதவனும் தன்னைப் பழிக்குப் பழி வாங்க நினைக்கிறார் என்று தான் அவரைப் பற்றிக் கேள்விப்பட்ட அந்தக் கதை உண்மையாயிருக்குமா? எம்.யு.சி. மைதானத்தில் அவர் ஒரு சமயம் கிரிக்கெட் ஆடியபோது, அவரைப் பார்த்துத் தான் சிரித்தது என்னவோ உண்மை. அதற்காக?... நான் மட்டுமா அன்று அவரைப் பார்த்துச் சிரித்தேன்? என்னுடன் சேர்ந்து எத்தனையோ பெண்கள் சிரித்தார்களே? என்னைப் பழி வாங்குவது போல் அவர்களையும் பழி வாங்க முடியுமா அவரால்? அல்லது, அருணா சொல்வதுபோல, அதற்காகவே அவர் என்னைக் கலியாணம் செய்து கொண்டது உண்மையானால், அதே மாதிரி அவர்கள் அனைவரையும் கலியாணம் செய்துகொண்டு பழி வாங்க முடியுமா; அவரால்?....

நடக்காத காரியம்!

ஆனால், சமயம் பார்த்து மாமாவை வந்து கதவைத் தட்டச் சொன்னது?...

அது நடக்கக் கூடிய காரியம்தானே?

அன்று மாலை சாந்திக் கலியாணத்துக்கு ஏற்பாடு செய்வதாகச் சொல்லிக்கொண்டு அவர் வெளியே போனாரே, அப்போது மாமாவை வழியில் சந்தித்திருக்கலாமல்லவா? சந்தித்து, வீட்டுக்கு வரச் சொல்லியிருக்கலாமல்லவா?

அப்படியே வரச் சொல்லியிருந்தால் என்ன? அவர் வந்தால்தான் என்ன? ஆனானப்பட்ட அம்மாவையும் அப்பாவையும் எனக்காக எதிர்த்து நிற்க முடிந்த அவரால், மாமாவையும் மாமியையுமா எதிர்த்து நிற்க முடியாது?

தன்னைப் பழிக்குப் பழி வாங்குவதற்காகவே அவர்களைக் கண்டு பயப்படுவதுபோல் இவர் பாசாங்கு செய்கிறாரோ?

'இருக்கலாம்' என்று ஏன் நினைக்கக் கூடாது? 'இருக்காது' என்றுதான் ஏன் நினைக்கக் கூடாது?...

மாமாவுக்கு 'நீலா, நீலா' என்று ஓர் அசட்டுப் பெண் இருக்கிறாள் என்பதையும், அந்தப் பெண்ணைத் தன் தலையில் கட்ட அம்மா முயற்சி செய்கிறாள் என்பதையும் அவர் தன்னிடம் மறைக்கவில்லை; ஏற்கெனவே சொல்லி யிருக்கிறார். தனக்குப் பிடிக்காத அந்தப் பெண்ணுடன் அவராகவா சினிமாவுக்குப் போயிருப்பார்? மாமாவும் மாமியும் வற்புறுத்தியிருக்கலாம்; அதை அவரால் தட்ட முடியாமற் போயிருக்கலாம். அவளைப் போய் அவருடைய 'எதிர்கால மனைவி' என்கிறானே, இந்த ஆனந்தன்?

காதலுக்குக் கலியாணம் ஒரு முடிவாகவும் முட்டுக் கட்டையாகவும் இருந்ததெல்லாம் அந்தக் காலத்திலாம்; இந்தக் காலத்தில் இல்லையாம். அதனால் அவன்

கலியாணமான பிறகும் என்னைக் காதலிக்கப் போகிறானாம். காதலித்துக் கொண்டே இருக்கப் போகிறானாம். இப்படி யெல்லாம் பேசும் இவனிடமிருந்து தப்ப என்ன வழி?...

இந்த அருணா முன்னெல்லாம் என்னுடன் போட்டி போட்டுக் கொண்டு அவரைக் காதலித்துக் கொண்டிருந்தது எனக்குத் தெரியும். இப்போது என்னடா வென்றால், இவள் அவரைப் பிடிக்காதவள்போல் பேசுகிறாள். இதற்குக் காரணம் என்னவாயிருக்கும்?

'ச்சீச்சீ, இந்தப் பழம் புளிக்கும்' என்ற நரியின் கதையாயிருக்குமோ?

இன்று அவரைப் பிடிக்காத இவளுக்கு ஆனந்தனைப் பிடிக்கிறது. அதே சமயத்தில் அவன் கை தன்மேல் பட்டு விட்டால் மட்டும் அந்த இடத்தைத் தன்னுடைய கையால் உடனே தட்டித் துடைத்துக்கொண்டு விடுகிறாள்!

இது என்ன வேடிக்கை! இவளிடம் ஏன் இந்த மாறுபட்ட உணர்ச்சிகள்?...

நடைமுறை நிகழ்ச்சிகளை வைத்துக்கொண்டு இப்படியெல்லாம் எண்ணிப் பார்த்த மதனாவால் அருணா சொன்னதை அப்படியே ஏற்றுக்கொள்ளவும் முடியவில்லை; ஏற்றுக்கொள்ளாமல் இருக்கவும் முடியவில்லை. எது எப்படி யிருந்தாலும் இவளுடைய பேச்சைக் கேட்டுக்கொண்டு, தான் 'கையில் சிலம்பில்லாத கண்ணகி'யாக எழுந்து நின்றது தவறு என்பதை அவள் இப்போது உணர்ந்தாள். அவர் வராமல், அவருடன் பேசாமல், தான் எந்தவிதமான முடிவுக்கும் வருவது அவ்வளவு சரியல்ல என்பதை அவள் இப்போது அறிந்தாள்.

ஆயினும், அதை அருணாவிடம் சொல்ல அவள் விரும்பவில்லை. அதனால் ஒருவேளை அவள் தன்னை அந்த

விடுதியை விட்டே விரட்டிவிட்டால் என்ன செய்வது? வேறு எந்தப் புகலிடத்தைத் தேடுவது?...

ஏமாற்றுபவர்களுக்கு எப்போதும் ஏமாறுகிறவர்களைக் கண்டால்தான் பிடிக்கும்; ஏமாறாதவர்களைக் கண்டால் பிடிக்கவே பிடிக்காதே!

தானும் காரியமாகும் வரை இவளிடம் ஏமாந்தவளாக நடிக்க வேண்டியதுதான்; அதை விட்டால் வேறு வழியே இல்லை.

இந்தத் தீர்மானத்துக்கு அவள் வந்துகொண்டிருந்த போது, "ஒருவேளை நாளைக் காலையிலும் அந்த மாதவன் இங்கே வராவிட்டால் நீ என்ன செய்வாய்?" என்று கேட்டாள் அருணா.

"ஏன், நான் அதற்குமேல் இங்கே இருக்கக் கூடாதா?" என்றாள் மதனா, அவளை ஒரு தினுசாகப் பார்த்துக் கொண்டே.

"நான் அதற்குக் கேட்கவில்லையடி, அம்மா அவன் வராவிட்டால் நீ என்ன செய்வாய் என்று கேட்கிறேன்!" என்றாள் அவள் மீண்டும்.

"அதுதான் எனக்குப் புரியவில்லை!" என்றாள் அவள்.

"பேசாமல் நான் சொல்வதைக் கேள்: 'ஒரு பெண்ணை ஒருவன் கைவிட்டால், அத்துடன் இந்த உலகத்தில் அவளுக்கு வாழ்வே இல்லை' என்ற ஐதர் காலத்துச் சட்ட திட்டத்தை நம்மைப்போன்ற புதுமைப் பெண்கள் உடைத்தெறிய வேண்டும். அதற்கு இப்போது அருமையான சந்தர்ப்பம் ஒன்று வாய்த்திருக்கிறது உனக்கு. எனக்குத் தெரிந்தவரை நாளைக் காலையிலும் அந்தக் கிராதகன் இங்கே வருவது சந்தேகமே. அவன் வந்தாலும் வராவிட்டாலும் ஆனந்தன் அவசியம் வருவார்; அவர் உனக்காக என்ன வேண்டுமானாலும் செய்யக் காத்திருக்கிறார்..."

"என்ன வேண்டுமானாலும் என்றால்...?"

"அதுதான் உடல், பொருள், ஆவி என்கிறார்களே..."

"அந்த மூன்றையும் அவர் எனக்காகத் தத்தம் செய்யத் தயாராயிருக்கிறாரா?"

"ஆமாம்."

"அப்படியானால் முதல் இரண்டையும் அவரையே வைத்துக்கொண்டு, கடைசியாக உள்ள ஆவியை மட்டும் எனக்காகத் தத்தம் செய்யச் சொல்லேன்!" என்றாள் மதனா, அவளைக் கெஞ்சாக் குறையாக.

அருணாவுக்கு ஆத்திரம் தாங்கவில்லை; அப்போதே அவளுடைய பெட்டியைத் தூக்கி வெளியே விட்டெறிந்து, அவளையும் அந்த விடுதியை விட்டே விரட்டிவிடலாமா என்று நினைத்தாள். ஆயினும், 'பகையாளியின் குடியை உறவாடிக் கெடுக்க வேண்டும்' என்று, தான் ஏற்கெனவே ஏற்றுக்கொண்டுள்ள சபதத்துக்கு அது விரோதமல்லவா? ஆகவே ஒருவாறு தணிந்து, "எதைக் கேட்டாலும் கேட்கா விட்டாலும் இதை மட்டுமாவது கேளடி, அம்மா! நாளைக் காலையிலும் அவன் இங்கே வராவிட்டால் நீ மனம் உடைந்து எதையாவது வாங்கிச் சாப்பிட்டு இங்கே பிராணனை விட்டு வைக்காதே; போலீசாரிடம் அகப்பட்டுக்கொண்டு விழிக்க என்னால் முடியாது!" என்றாள், அவள் வாழ்வதற்கு வழி காட்டுவதுபோல் சாவதற்கு வழி காட்டும் நோக்கத்துடன்!

"அந்தக் கவலை மட்டும் உனக்கு வேண்டவே வேண்டாம்; யார் என்னைக் கைவிட்டாலும் கைவிடா விட்டாலும், என் உயிரை மட்டும் நான் கைவிடுவதாக இல்லை" என்றாள் அவள், 'சலசலப்புக்கு அஞ்சாத பனங்காட்டு நரி'யைப்போல.

அத்தியாயம் : 8

'எங்கேஜ்ட்' ஆட்டோவிற்கும் டாக்சிக்கும் மட்டும்தானா? 'டீன் ஏஜ்' ஆண்களுக்கும்

பெண்களுக்கும் அது இல்லையா?...

தன்னை யார் கைவிட்டாலும் கைவிடாவிட்டாலும் தன் உயிரை இந்த மதனா கைவிட மாட்டாளாமே?...

என்ன நெஞ்சழுத்தம் இவளுக்கு

இப்படிப்பட்டவளிடமிருந்து அந்த மாதவனைப் பிரித்து, அவனைத் தான் அடைவது சாத்தியமா?...

சாத்தியமோ இல்லையோ, அதற்காக அவனுடைய விருப்பத்துக்கு அவனை விட்டுவிடுவதா? அதே மாதிரி, இவளுடைய விருப்பத்துக்குத்தான் இவளை விட்டுவிடுவதா?

அப்படி விடுவதாயிருந்தால் அன்றே, இவர்கள் இருவரும் கலியாணம் செய்துகொண்ட அன்றே விட்டிருக்கலாமே? அன்றிரவே இவர்களைப் பிரித்து வைக்க முயற்சி செய்யாமல் இருந்திருக்கலாமே?

இந்த ஆனந்தன்...

இவனுக்கு மதனாதான் வேண்டுமென்பதில்லை; யாராவது ஓர் ஆண் பிள்ளை வேடிக்கைக்காகப் புடவையைக் கட்டிக்கொண்டு வீட்டிலிருந்து வெளியே எட்டிப் பார்த்தால் கூடப் போதும், அவனை இவன் மோப்பம் பிடித்தபடி, அவனுக்குப் பின்னாலேயே போய்க்கொண்டிருப்பான்!

வாழ்க்கை எத்தனையோ பேருக்கு எத்தனையோ விதமாகத் தோன்றுகிறது; இவனுக்கோ அது ஒரு விளையாட்டாகத் தோன்றுகிறது.

இவன்தான் இதுவரை எத்தனை பெண்களைக் காதலித்திருக்கிறான்!

கல்பனா, காதரைன், ஜெயஸ்ரீ, சோபனா, சோனியா, சுபஸ்ரீ, நளினி, நவீனா, ஜெயந்தி, யாஸ்மின், பாத்திமா, ரோஸ், மும்தாஜ், மல்லிகா, மனோரஞ்சிதம், அம்முகுட்டி...

அப்பப்பா! எத்தனை பெண்கள், எத்தனை பெண்கள்!

'காதலுக்கு ஜாதியில்லை, மதமும் இல்லையே' என்று யாரோ ஒரு சினிமாக்கவிஞன் பாடினாலும் பாடினான், இவன் அதை அப்படியே பின்பற்ற ஆரம்பித்துவிட்டானே?

காதலுக்கு ஜாதியும் வேண்டாம், மதமும் வேண்டாம். ரொம்ப சரி; அதற்காக மனமும் மானமும் கூடவா வேண்டாம்?...

அதிலும், ஒரு சமயம் தன்னை நம்பி வந்த அந்தக் கல்பனாவை ஏதோ ஒரு வெளியூருக்கு அழைத்துக்கொண்டு போய், அவளை அங்கேயே விட்டுவிட்டு, இவன் மட்டும் இங்கே திரும்பி வந்து சொன்ன அந்தப் பொன் மொழிகள்'...

'யாரும் யாரையும் நம்பிப் பிறக்கவில்லை; எல்லாரும் கடவுளை நம்பித்தான் பிறந்திருக்கிறோம். ஆகவே, என்னை நம்பித்தான் கல்பனா பிறந்திருக்கிறாள் என்று சொல்வதும், அவளை நம்பித்தான் நான் பிறந்திருக்கிறேன் என்று சொல்வதும் சுத்த ஹம்பக்!'...

இந்தப் 'புது மொழி'யை மட்டுமா அவன் அன்று உதிர்த்து வைத்தான்?

'எதுவுமே நிரந்தரமில்லாத இந்த உலகத்தில் மனைவி என்று ஒருத்தி மட்டும் ஏன் ஒருவனுக்கு நிரந்தரமாக இருக்க வேண்டும்? எனக்குப் புரியவில்லை!'...

ஆனால் ஒன்று மட்டும் இவனுக்குப் புரிகிறது; அதுதான் ஏமாந்தால் எத்தனை பெண்களை வேண்டுமானாலும் காதலிப்பது! - இல்லை, வேட்டையாடுவது!

புகழ் பெற்ற பிரம்மசாரிகளில் சிலர், ஊருக்கு ஒரு பிள்ளையாகப் பெற்று வைத்துவிட்டு, 'நான் இன்னும் பிரம்மசாரிதான்' என்று சொல்லிக்கொண்டு திரிகிறார்களே, அந்த மாதிரி!

எவ்வளவு பெரிய மனிதனாயிருந்தாலும், அவன் தன் பலவீனத்தை மறைக்க முடியாத ஓர் இடம் இந்த உலகத்தில் உண்டு; அதுதான் பெண்கள் இருக்கும் இடம். அந்த இடத்தைக்கூட வென்றுவிடும் பண்பு மாதவனிடம் இருக்கிறது. ஆனந்தனிடமோ?...

அதுதான் இல்லை!

இவன் இவ்வளவு மோசமானவன் என்று தெரிந்திருந்தும், மதனாவிடமிருந்து அந்த மாதவனைப் பிரிப்பதற்காக இவனுடைய உதவியைத் தான் நாடினால், இவன் தன்னுடன் பேசுவதோடு நில்லாமல், தன்னையும் தொட்டுப் பார்க்கவல்லவா தொடங்கி விடுகிறான்?...

இவனிடம் ஏமாறுகிறவளா, நான்?

இருந்தாலும் அதை வெளியே காட்டிக் கொள்ளாமல் இருக்க முடியவில்லையே என்னால்?....

என்ன செய்வது? இந்த மதனாவை அவனுடன் எப்படியாவது ஒரே ஒரு நாள், அல்லது ஒரே ஒரு இரவு கூட்டி அனுப்பி

வைத்துவிட்டால் போதும், அந்த மாதவனை இவளிடமிருந்து பிரித்து விடலாம். அதற்குப்பின் அவனைத் தான் அடைவது அப்படியொன்றும் சிரமமாயிராது.

அது நடக்காவிட்டால்?...

'நடக்காவிட்டால்?' என்ன, 'நடக்கவே நடக்காது' போல் இருக்கிறதே, இவளிடம்?

ஒருத்தியைக் கெடுத்து இன்னொருத்தி வாழ நினைப்பது நீதிக்கு விரோதமாயிருக்கலாம். எத்தனையோ பேர் விஷயத்தில் தூங்கிவிடும் அந்த நீதி, தன் விஷயத்தில் மட்டும் தூங்காமல் அல்லவா இருக்கிறது? அதற்காகவே அதைக் கொஞ்சம் தூங்க வைத்தால் என்னவாம்?...

என்னதான் மறக்க முயன்றாலும் மறக்க முடியாத அந்த மாதவனின் முகம்; யாரையும் புண் படுத்தாமல் சிரிக்கச் சிரிக்கப் பேசும் அவனுடைய பேச்சு; தன்னை யாராவது தாக்கிப் பேசினாலும் எல்லாவற்றையும் பொறுமையோடு கேட்டுக் கொண்டிருந்துவிட்டு, 'சரி, முடிந்ததா? நான் வரட்டுமா?' என்று அவரிடமே சிரித்தபடி விடைபெற்று, அந்த எதிரியையே வெட்கப்பட வைக்கும் இனிய சுபாவம்; பிறரைப் பற்றித் தன்னிடம் யாராவது வந்து ஏதாவது சொன்னால்கூட 'கிடக்கிறான், விடுங்கள்!' என்று அலட்சியமாகச் சொல்லிவிட்டுச் செல்லும் அந்தப் பெருந்தன்மை; மதனாவைத் தவிர வேறு எந்தப் பெண் தன்னை வளைய வந்தாலும், 'சாரி, ஏற்கெனவே நான் எங்கேஜ்ட்!' என்று சிரித்துக்கொண்டே சொல்லி, 'நான் ஒண்ணும் உங்களை வளைய வரல்லே; நானும் ஏற்கெனவே எங்கேஜ்ட்தான்!' என்று அந்தப் பெண்ணையே வீறாப்புடன் சொல்ல வைத்து, அவளிடமிருந்து தான் தப்பிவிடும் அந்தத் தந்திரம்!...

ஆகா நினைக்க நினைக்க இனிக்கும் அவனுடைய காதலுக்காக ஒரு பெண் தன்னுடைய காலமெல்லாம் காத்திருக்கலாம் போல் இருக்கிறதே?

அன்றிரவு மதனாவைப் பற்றியும், ஆனந்தனைப் பற்றியும், மாதவனைப் பற்றியும் அருணா இப்படியெல்லாம் எண்ணிப் படுக்கையில் புரண்டு கொண்டிருந்தபோது, "என்ன, தூக்கம் வரவில்லையா?" என்றாள் மதனா.

"எனக்கு மட்டுமா தூக்கம் வரவில்லை? உனக்கும்தான் தூக்கம் வரவில்லை போலிருக்கிறதே!" என்றாள் அருணா.

"எனக்குத் தூக்கம் வராமலிருப்பதற்கு எத்தனையோ காரணங்கள் இருக்கின்றன; உனக்கு...?"

"அதில் பாதியாவது இருக்காதா?"

"இருக்கட்டுமடி யம்மா, இருக்கட்டும்' என்று கையைத் தூக்கிக் காட்டி அவளை ஆசீர்வதிப்பது போல் ஆசீர்வதித்துவிட்டு, அப்படியே திரும்பிப் படுத்தாள் மதனா.

"வெறுமனே திரும்பிப் படுத்தால் தூக்கம் வந்து விடுமா? இந்தா, இந்தத் தலையணையையாவது மாதவன் என்று நினைத்துக்கொண்டு மார்போடு அணைத்துக்கொள்!" என்று அவள்மேல் ஒரு தலையணையைத் தூக்கிப் போட்டாள் அருணா.

"ஏன், இதை நீதான் ஆனந்தன் என்று நினைத்து அணைத்துக் கொள்ளக் கூடாதா?" என்று அதே தலையணையை அருணாவின் மேல் தூக்கிப் போட்டாள் அவள்.

இவள் சிரித்து, "தெரியும்டி யம்மா, தெரியும்" என்றாள்.

"என்ன தெரியும்?" என்றாள் அவள்.

"ஆனந்தனை எனக்குப் பிடிக்காதென்று தெரிந்திருந்தும் நீ ஏன் அவன் பெயரைச் சொல்லிக்கொண்டு இந்தத் தலையணையைத் தூக்கி என்மேல் போடுகிறாய், தெரியுமா?' வெறும் தலையணையைத் தூக்கிப் போட்டு நான் என்னடி செய்ய? எனக்காக நீயாவது போய் அந்த மாதவனை அழைத்துக்கொண்டு வரக்கூடாதா?' என்கிறாய்; அப்படித்தானே? கொஞ்சம் பொறு; பொழுது விடியட்டும் நானே போய் அவன் காதைப் பிடித்து இழுத்துக்கொண்டு வந்து இங்கே நிறுத்துகிறேன்!" என்றாள் இவள், தன்னை மறந்து.

அவள் சிரித்து, "சாயந்திரம் ஆனந்தனோடு போகச் சொன்னாய்; இப்போது மாதவனை அழைத்துக்கொண்டு இங்கே வருகிறேன் என்கிறாய், இவற்றில் எதை நம்புவது நான்?" என்றாள்.

சட்டென்று உதட்டைக் கடித்துக்கொண்ட அருணா, "அடி, பாவி! அதை நிஜமென்றே நம்பிவிட்டாயா நீ?" என்றாள், 'கலகல'வென நகைத்து.

"பின்னே பொய்யா?" என்றாள் மதனா, குழம்பி.

"சந்தேகமில்லாமல், அதைவிட நானே உனக்கு அந்தப் பிரசித்தி பெற்ற ஒரு துளி விஷம், ஒரு முழம் கயிறு, ஒரு பாழுங்கிணறு - இவற்றில் ஏதாவது ஒன்றைத் தேடிக் கொடுத்துவிடுவேனே!"

"அப்படியானால் நேற்று நீ சொன்ன அந்தத் திரௌபதி கதை...?"

"அதுவும் அந்த ஆனந்தன் சொன்னதுதானே! அதை எப்படி அப்படியே நம்பிவிட முடியும்?"

"அப்படியானால்..."

"நானும் ஆனந்தனை நம்பவில்லையடி, நம்பவில்லை "

அருணா இப்படிச் சொன்னாளோ, இல்லையோ, அவளை அப்படியே தாவி அணைத்துக்கொண்டு, "கொஞ்ச நேரத்துக்கு முன்னால் உன்னைப் பற்றி நான் என்னவெல்லாம் நினைத்து விட்டேனடி!" என்றாள் மதனா, கண்களில் நீர் ததும்ப.

"அடி, அசடே! அதற்கா அழுகிறாய்? என்னைப் பற்றி யார் என்ன நினைத்தாலும் என் வழி எப்போதும் நேர் வழியாய்த்தான் இருக்கும் என்பது என்னுடன் இத்தனை நாட்கள் பழகியுமா உனக்குத் தெரியவில்லை?" என்று அவள் கண்ணீரைத் துடைத்து, அவளுடைய கன்னத்தில் ஒரு செல்லத் தட்டும் தட்டிச் சிரித்தாள் அருணா.

இந்த உலகத்தில் அவள் மட்டும்? மனித வர்க்கமே இரட்டை வேடம் போட்டுக்கொண்டுதானே வாழ்கிறது?

பொழுது விடிந்தது; சொன்னது சொன்னபடி மாதவன் வீட்டுக்கு அவசரம் அவசரமாகப் புறப்பட்டாள் அருணா.

"அவரை இங்கே அனுப்பிவிட்டு நீ அப்படியே ஆபீசுக்குப் போய்விடுவாயா?" என்றாள் மதனா, அவளைப் பரிபூரணமாக நம்பி.

"ஊஹும்; முதலில் அந்த மனுஷனைக் கொண்டு வந்து இங்கே சேர்த்துவிட்டுத்தான் ஆபீஸ் கீபீஸ் எல்லாம்" என்றாள் அவள்.

"என்னால் உனக்கு எவ்வளவு சிரமம்" என்றாள் இவள்.

"சிரமத்தைப் பார்த்தால் முடியுமா? என்னதான் யோக்கியர்களாக இருந்தாலும் ஆண்களை இந்தப் பெண்கள் விஷயத்தில் மட்டும் நம்ப முடியவில்லையே!" என்று

கொஞ்சம் 'பொடி' வைத்து ஊதிக்கொண்டே சென்றாள் அவள்.

இத்தனை முன்னேற்பாட்டுடன் அங்கே சென்ற அருணா, மாதவனை வெளியே அழைத்து, அவனிடம் பரம ரகசியமாகச் சொன்னது இது:

"மதனாவைக் காணோம்!"

அத்தியாயம் : 9

ஒரு சந்தேகம் -
பைத்தியக்காரர்கள் உள்ளே அதிகமா,

வெளியே அதிகமா?...

'மதனாவைக் காணோம்!' - எடுத்த எடுப்பிலேயே இப்படி மாதவனிடம் சொல்லிவிடவில்லை அருணா. வீட்டுக்குள் இருந்த அவனை ஜன்னல் வழியே பார்த்துக் கண் அசைத்து, வாய் அசைத்து, கையசைத்து மெல்ல வெளியே வரவழைத்துக் கொண்டதும், அவள் மேலே பார்த்தாள்; கீழே பார்த்தாள். மயங்கி மருகினாள்; தயங்கித் தடுமாறினாள். "ஏதோ சொல்லவேண்டுமென்று வந்தேன். இப்போது சொல்ல வேண்டாம்போல இருக்கிறது; வருகிறேன்!" என்று திரும்பினாள்; சிறிது தூரம் சென்றதும் அவளே திரும்பி, "நீங்கள் வரும்வரை அங்கேயே நான் காத்திருந்திருக்கலாம். அதற்குள் இங்கே வந்தது தப்பு என்று இப்போதுதான் தெரிகிறது எனக்கு" என்றாள்.

தனக்கே இயல்பான பொறுமையுடன் அவளுடைய சேட்டைகள் அத்தனையையும் கவனித்துக்கொண்டிருந்த மாதவன், "என்னதான் விஷயம். சொல்லேன்?" என்றான்.

"சொன்னால் அதை நீங்கள் தாங்குவீர்களோ, என்னவோ?" என்றாள் அவள், நகத்தைக் கடித்துக் கீழே துப்பிக்கொண்டே.

"தாங்குவேன், சொல்லு!" என்றான் அவன், அவளிடமிருந்து சற்றே விலகி நின்று.

"மனம் உடைந்து போய் அப்படியே உட்கார்ந்துவிட மாட்டீர்களே?" என்றாள் அவள், தன் கண்களை மேலே உயர்த்தி,

“மாட்டேன், சும்மா சொல்லு?” என்றான் அவன், அப்போதும் கலங்காமல். "தெறி கெட்டு எங்கேயாவது ஓடிவிட மாட்டீர்களே?"

"ஊஹூம்."

"மாதவன் சார், அதைக் கேட்டு நீங்கள் அழுதால் அதை என்னால் தாங்க முடியாது, சார்!" என்றாள் அவள், தன் கைகளைப் பின்னால் கட்டி, மெல்ல ஆடி அசைந்து கொண்டே.

"அழ மாட்டேன், சொல்லு சீக்கிரம்?" என்றான் அவன், ஆடாமல் அசையாமல் நின்று.

"நீங்கள் என்னை வெறுக்கலாம்; உங்களை என்னால் வெறுக்க முடியாது, சார்!"

"யாரையும் யாரும் வெறுக்க வேண்டாம், சொல்லு?"

"பெண் தன்னுடைய ஆசையைக் கண்ணால் சொல்வதுதான் எங்கும், எப்பொழுதும் உள்ள வழக்கம். ஆனால்..."

அவள் மீண்டும் நகத்தைக் கடித்தாள்; அவன் பல்லைக் கடித்தான். "நீ வாயால் சொல்லப் போகிறாயாக்கும்? சொல்லேன்!" என்றான்.

"வெட்கமாயிருக்கிறது, சார்!" என்றாள் அவள், மென்னகையுடன்.

"வெட்கப்படுவதாயிருந்தால் சொல்லாதே!" என்றான் அவன் புன்னகையுடன்.

"சொல்லாமலும் இருக்க முடியவில்லை."

"சரி, சொல்லு?"

"நான்... நான்..."

"நான்... நான்..."

"போங்கள் சார், நீங்கள் என்னைக் கேலி செய்கிறீர்கள்!"

"நான்... உங்களை..."

"நான்... உங்களை..."

"போங்கள் சார், என்னை நீங்கள் நையாண்டி செய்கிறீர்கள்; நான் சொல்ல மாட்டேன்!"

"இல்லை , சொல்லு?"

"உடல் இன்பத்துக்காக உங்களை நான் 'கா' பண்ணவில்லை சார், உயிர் இன்பத்துக்காக 'கா' பண்ணுகிறேன்."

"காவா! அது என்ன கா?"

"அதுதான் சார், கா... கா..."

"காக்காயா?"

"உக்கும், குருவி! போங்கள் சார், அதுகூடத் தெரியாதாக்கும் உங்களுக்கு?" என்றாள் அவள் சற்றே சிணுங்கி.

"தெரியவில்லையே!" என்றான் அவன், ஒரு கைக்கு இரு கைகளாக விரித்து.

"இரண்டாவது எழுத்தையும் சேர்த்து வேண்டுமானால் சொல்லட்டுமா?"

"சொல்லு?"

"கா.. த...கா...த..."

"ஓ, காதா?" என்று அவன் தன் காதைப் பிடித்துக் காட்ட, "ஆமாம், குத்தியிருந்தால் கடுக்கன் போட்டுக் கொள்ளுங்கள்; ஜமீன்தார் மாதிரி இருக்கும்!" என்று அவள் கோபித்துக்கொண்டு 'தொப், தொப்' என்று காலை எடுத்து வைத்து நடக்க, "கோபித்துக்கொள்ளாதே அருணா, சொல்வதைக் கொஞ்சம் புரியும்படியாகத்தான் சொல்லேன்?" என்று அவன் அவளுக்குப் பின்னால் ஓட, "கிட்ட வாங்க, சொல்கிறேன்" என்று அவள் திரும்பி, அவனைத் தன் அருகே அழைத்து, அவன் தலையைப் பிடித்து, அவனுடைய காதைத் தன் வாயோடு அணைத்து, "காதல் பண்றேன்" என்று முகம் சிவக்கச் சொல்ல, அப்போது ஏதோ காரியமாக வெளியே வந்த 'லட்டு மாமி' அதைப் பார்த்து வேறு விதமாக நினைத்து வெறுப்படைந்து, "இது என்னடியம்மா, அக்கிரமமாயிருக்கு? பட்டப் பகல்லே, நட்ட நடு வீதியிலே, பல பேருக்கு முன்னிலையிலே, சினிமாவில் பண்ற மாதிரியில்லே இவங்க பண்றாங்க" என்று முகவாய்க் கட்டையின் மேல் கையை வைத்துக் கொண்டு நிற்க, "ஐயோ மாமி, இது ஆபீஸ் ரகசியம், மாமி வேறே ஒண்ணும் இல்லே" என்று சொல்லிக் கொண்டே மாதவன் திரும்பினான்.

"அவ்வளவு பெரிய ரகசியமாயிருந்தா, அதை அவ உள்ளே வந்து சொல்லக் கூடாதா?" என்றாள் அவள்.

"வெளியே நின்று சொல்லும்போதே நீங்கள் இப்படி நினைக்கிறீர்களே, உள்ளே வந்து சொன்னால் என்ன நினைப்பீர்கள்?" என்றாள் அருணா, 'களுக்'கென்று சிரித்து.

"சிரிப்பைப் பார், சிரிப்பை!" என்று கருவிக்கொண்டே 'லட்டு மாமி' உள்ளே செல்ல, அவள் தலை மறைந்ததும், "இதைச் சொல்லத்தானா நீ இவ்வளவு தூரம் வந்தாய்?" என்றான் மாதவன்.

"பார்த்தீர்களா? எதையோ சொல்ல வந்து, எதையோ சொல்லிக்கொண்டு நிற்கிறேன் நான்! உங்களை என்று நான் முதன் முறையாகப் பார்த்தேனோ, அன்றிலிருந்து என் புத்தி இப்படித்தான் பேதலித்துக் கொண்டிருக்கிறது!" என்றாள் அவள், தன் நெற்றியை இரு கைகளாலும் அழுத்திப் பிடித்துக்கொண்டு.

"ரொம்பக் கெட்டதாச்சே, அது!"

"கெட்டதா! என்ன ஆகும்?"

"கடைசியில் அது உன்னைக் கீழ்ப்பாக்கத்துக்குக் கொண்டு போய்ச் சேர்த்தாலும் சேர்த்துவிடும்."

"ரொம்ப நல்லதாச்சே சார், அது! பற்றற்ற நிலைக்கு ஒரு மனிதன் எப்போது ஆளாகிறான், தெரியுமா?"

"தெரியும்; பைத்தியம் பிடிக்கும்போது!"

"அந்த மேலான நிலைக்கு என்னை நீங்கள் உயர்த்த விரும்புவது பற்றி மெத்த மகிழ்ச்சி."

இதைச் சொன்னபோது அருணாவின் கண்கள் உண்மையிலேயே கொஞ்சம் கலங்கின. அதைப் பார்த்த மாதவனின் மனமும் கொஞ்சம் நெகிழ்ந்துவிட்டது. அந்த நெகிழ்ச்சியின் வசப்பட்டு அவன் சொன்னான்:

"மகிழ்ச்சிக்கு அங்கே இடமில்லை அருணா, விரக்திக்குத்தான் இடம் உண்டு."

"எதுவாயிருந்தால் என்ன, அதிலும் இன்பம் காண முடியும் என்னால். எல்லாம் அவரவர்களுடைய மனத்தைப் பொறுத்தது. மனம் மட்டும் சரியாக இருந்தால் நிறைவேறிய கனவில் மட்டுமல்ல, நிறைவேறாத கனவிலும் இன்பம் காணலாம்."

"அந்த அளவுக்கு உன் மனம் பக்குவம் அடைந்திருக்குமானால், என்னை நீ காதலிப்பதைப் பற்றி நான் கவலைப்பட மாட்டேன்."

அருணா சிரித்தாள்; "ஏன் சிரிக்கிறாய்?" என்று மாதவன் கேட்டான்.

"எனக்காக உங்களை ஒரே ஒரு கணமாவது கவலைப்பட வைக்காவிட்டால், எனக்காக உங்களை ஒரே ஒரு சொட்டுக் கண்ணீராவது விட வைக்காவிட்டால் நான் உங்களைக் காதலிப்பதும் ஒன்றுதான்; காதலிக்காமல் இருப்பதும் ஒன்றுதான்."

"ஏன்?"

"என்னுடைய காதல் உயிருள்ள காதலாயிருக்க வேண்டுமென்றும், அது ஏதாவது ஒரு வகையில் உங்களை உறுத்த வேண்டுமென்றும் நான் விரும்புகிறேன்."

"வீண் முயற்சி!"

"முயற்சி யாருடையதாயிருந்தாலும் அது எப்போதும் வீணாவதில்லை."

"சரி, அதையும் பொறுத்துப் பார்ப்போம்; அப்புறம்?"

"நான் சொல்ல வந்தது..."

"என்ன?"

"உங்கள் அருமை மதனாவைக் காணோம்!"

"என்ன!"

"இப்போது வாயைப் பிளந்து என்ன பிரயோசனம்? அப்போது நீங்கள் அவளுடன் வாழத் தவறி விட்டீர்கள்!"

"யார், நானா?"

"ஆமாம்; மற்ற உறவுகளையெல்லாம் விட்டுவிட்டு 'நீயே உறவு' என்று நீங்கள் எப்போது அவள் கரம் பற்றத் துணிந்தீர்களோ, அப்போதே நீங்கள் அவளுக்கென்று ஒரு வீட்டைப் பார்த்திருக்க வேண்டும்..."

"அது என் தவறுதான்."

"தவறு எப்போதும் தனியாக நிற்பதில்லை; அது தன்னுடன் ஒன்றன்பின் ஒன்றாகப் பல தவறுகளைச் சேர்த்துக் கொண்டே போகும்..."

"அப்படியானால் நான் தொடர்ந்து தவறு செய்து கொண்டே இருக்கிறேனா?"

"சந்தேகமில்லாமல் 'நீயே உறவு' என்று அவளைக் கைப்பிடித்த பிறகு, உங்களுக்கு மாமா உறவு எதற்கு? மாமி உறவு எதற்கு? நீலா உறவுதான் எதற்கு?"

அவள் இப்படிச் சொன்னதும் அவனுக்கு என்ன தோன்றிற்றோ என்னவோ, "பாவம் நீலா, அவளும் என்னைக் காதலிக்கிறாள்!" என்றான் பெருமூச்சுடன்.

அருணா மறுபடியும் சிரித்தாள்; "ஏன் சிரிக்கிறாய்?" என்று மாதவன் கேட்டான்.

"ஒன்றுமில்லை."

"என்ன, ஒன்றுமில்லை?"

"உங்களை யாராலும் காதலிக்காமல் இருக்க முடியாது என்று நினைத்தேன்; சிரிப்பு வந்துவிட்டது!"

"அப்படி என்ன இருக்கிறது, என்னிடம்?"

"மதனாவைக் கேட்டுப் பார்த்தீர்களா?"

"இல்லை."

"நீலாவைக் கேட்டுப் பார்த்தீர்களா?"

"இல்லை."

"அவர்கள் இருவரையும் கேட்காதபோது என்னை மட்டும் ஏன் கேட்கிறீர்கள்?"

"உன்னையும் கேட்கவில்லை; என்னை நானே கேட்டுக் கொள்கிறேன்!"

"சரி, கேட்டுக் கொள்ளுங்கள்; நான் வரட்டுமா?"

அவள் திரும்பினாள்; "மதனாவைக் காணோம் என்று மொட்டையாகச் சொல்லிவிட்டுப் போனால்..." என்று அவன் இழுத்தான்.

"காது மூக்கு வைத்துக் 'கதை' கட்டிச் சொல்ல எனக்குத் தெரியாதே!" என்றாள் அவள்.

"உன்னை நம்பித்தானே அவளை நான் அங்கே அனுப்பி வைத்தேன்?"

"அந்த ஒரு விஷயத்திலாவது என்னை நீங்கள் நம்பியது பற்றி மகிழ்ச்சி. ஆனால் அந்த நம்பிக்கைக்கு விரோதமாக நான் நடந்து கொள்ளவில்லையே! இரவில் என்னுடன் படுத்தவளைப் பொழுது விடிந்ததும் காணா விட்டால் அதற்கு நானா பொறுப்பு?" என்றாள் அவள்.

அவன் ஒரு கணம் யோசித்தான்; மறுகணம், "ஏதாவது கடிதம் கிடிதம் எழுதி வைத்துவிட்டுப் போயிருக்கிறாளா என்று பார்த்தாயா?" என்றான்.

"பார்த்தேன்; ஒன்றுமில்லை" என்றாள் அவள்.

"எங்கே போயிருப்பாள்?"

"அந்தக் கேள்வியைத்தான் அவள் காணாமற் போனதிலிருந்து என்னுடைய உள்ளமும் என்னைக் கேட்டுக்கொண்டே இருக்கிறது!"

இந்தச் சமயத்தில் ஆனந்தன் அவர்களை நோக்கி வர, "அதோ, ஆனந்தன் வருகிறானே, அவனைக் கேட்டால் தெரியுமா?" என்றான் மாதவன்.

சட்டென்று அவன் வாயைத் தன் கையால் பொத்தி, "ஸ், நேற்று வரைதான் அவள் உங்கள் காதலி; இன்று சாட்சாத் மனைவி. அவள் காணாமற்போன விஷயம் உங்களுக்குள்ளேயே இருக்கட்டும்; வெளியே தெரிய வேண்டாம்!" என்றாள் அருணா.

அத்தியாயம் : 10

**உல்லாச உலகம், உனக்கே சொந்தம்;
அனுபவி ராஜா அனுபவி!...**

"என்ன, மிஸ்டர் மாதவன்! என்ன சொல்லிவிட்டுப் போகிறாள், அந்த அருணா?" என்று கேட்டுக்கொண்டே வந்தான் ஆனந்தன்.

"ஒன்றுமில்லை; மிஸ்டர் ஆனந்தன் என்னைக் காதலிக்கிறார்; அவரை நான் கலியாணம் செய்து கொள்ளட்டுமா, வேண்டாமா?" என்று கேட்டாள். 'பேஷாய்ச் செய்து கொள்ளலாம்' என்றேன்; போய்விட்டாள்" என்றான் மாதவன், தன்னுடைய கவலை அவனுக்குத் தெரியாமல் இருப்பதற்காக அவன் தோளில் செயற்கைச் சிரிப்புடன் ஒரு தட்டுத் தட்டி.

"உன்னைப்போல் என்னையும் மடையன் என்று நினைத்துக் கொண்டாயா, என்ன?" என்றான் ஆனந்தன், ஒரு தட்டுக்கு இரண்டு தட்டுக்களாக அவன் தோள்களில் தட்டி.

"எனக்குத் தெரியாதே, பிரதர்! எப்பொழுதிலிருந்து நீ இப்படிப் புத்திசாலியானாய்? "

"போடா, மக்கு! பிறந்ததிலிருந்தே நான் புத்திசாலியாகத்தான் இருக்கிறேனாம். ஒரு உதாரணம் வேண்டுமானால் சொல்லட்டுமா?" "சொல்லு, உதாரணம் இல்லாமல்தான் உன்னால் எதையும் சொல்ல முடியாதே!"

"நான் குழந்தையாயிருந்தபோது ஒரு நாள் அடுத்த வீட்டுக் குழந்தையைக் கிள்ளிவிட்டு, அது அழுவதற்கு முன்னால் நான் அழுதேனாம்!"

"அதற்குப் பெயர்தான் புத்திசாலித்தனம் என்றால், அந்த புத்திசாலித்தனம் எனக்கு வேண்டவே வேண்டாம், சுவாமி" என்று கையெடுத்துக் கும்பிட்டான் அவன்.

"போடா, மடையா! கலியாணம் யார் செய்து கொள்கிறார்கள், தெரியுமா? முட்டாள்கள்தான் செய்து கொள்கிறார்கள்!" என்றான் அவன்.

"இதுவும் உன் சொந்தக் கருத்து அல்ல, இரவல்; அப்புறம்?"

"இந்த உலகத்தில் யாருக்கு எதுதான்டா, இரவல் இல்லை? எல்லாம் இரவல்தான்! 'ஆடை நமக்கிரவல், அணிந்ததெல்லாம் இரவல்' என்று ராத்திரியானால் பாடிக் கொண்டு வருகிறானே ஆண்டிப் பண்டாரம், அதுகூடவா உன் காதில் விழவில்லை?"

"அவனும் அதையெல்லாம் அணிந்து கொண்டு தானேடா பாடி வருகிறான்?"

"அதிலிருந்து என்ன தெரிகிறது? இரவலாயிருந்தாலும் அதை எடுத்து அணிந்து கொள்ளாமல் இருக்க முடியாது என்று தெரியவில்லையா? அதே மாதிரிதான் கருத்தும்; இரவலாயிருந்தாலும் வேண்டும் போது அதை எடுத்துச் சொல்ல வேண்டியதுதானே?"

"சரி, சொல்லு! நான் கலியாணம் செய்து கொண்ட முட்டாள்; நீ?"

"கலியாணம் செய்துகொள்ளாத முட்டாள் அல்ல; புத்திசாலி! ஏன் தெரியுமா? எனக்கு இந்தக் கட்டுப்பாடே பிடிக்காது. அரிசிக்கும் சர்க்கரைக்கும்தான் கட்டுப்பாடு; அதனால் அவற்றுக்குக் கட்டுப்பாடு. இந்த ஆணுக்கும் பெண்ணுக்கும் என்ன தட்டுப்பாடு? தட்டுப்பாடு இல்லாத அவர்களுக்கும் அவர்களுடைய காதலுக்கும் ஏன் இந்தக் கட்டுப்பாடு?"

“காதலுக்குக் கட்டுப்பாடா! அது என்னப்பா, அது?”

“அட, கலியாணத்தையும் சேர்த்துத்தான்டா சொல்கிறேன் அதற்குப் பின் அவளும் சரி, அவனும் சரி, வேறு யாரையும் அவ்வளவு சுதந்திரமாக் காதலிக்க முடிவதில்லையல்லவா?”

“ஐ ஸீ, அதற்காகத்தான் நீ கலியாணம் செய்து கொள்ளாமலே இருக்கிறாயா?”

“வேறு எதற்காக, பிரதர்? அரிசிக்கும் சர்க்கரைக்கும் உள்ள கட்டுப்பாட்டை நீக்கிவிட்டால் அவை கிடைப்பதும் தண்ணீர் பட்ட பாடாயிருக்கும், அவற்றின் விலையும் தண்ணீர் பட்ட பாடாயிருக்கும் என்று நம் வணிகப் பெருமக்களில் சிலர் சொல்லவில்லையா? அந்தப் பெருமக்களைப் பின்பற்றி இந்தப் பெருமகனும் சொல்கிறேன் - கலியாணத்தை நீக்கிப் பார்க்கட்டும்; ‘காதலினால் அது உண்டாம், இது உண்டாம், ஆதலினால் காதல் செய்வீர், உலகத்தீரே!’ என்று எந்தக் கவிஞனும் பாடாமலேயே இந்த நாட்டில் காதல் வெள்ளம் கரை புரண்டு ஓடுகிறதா இல்லையா, பார்!”

“இப்போது மட்டும் என்ன, அது குறைந்தா போய் விட்டது? உன்னைப் போன்ற புண்ணியவான்கள் இருக்கும் வரை காதல் வெள்ளம் கரைபுரண்டு ஓடுகிறதோ இல்லையோ, கண்ணீர் வெள்ளம் கரை புரண்டு ஓடிக் கொண்டுதானே இருக்கிறது?”

"எந்தக் கண்ணீர் வெள்ளத்தைச் சொல்கிறாய், நீ?"

"உன்னால் காதலிக்கப்பட்டுக் கைவிடப்பட்ட பெண்களின் கண்ணீர் வெள்ளத்தைச் சொல்கிறேன்!"

'ஹஹ்ஹஹ்ஹா!' என்று ஆனந்தன் சிரித்தான்; "என்ன ஹஹ்ஹஹ்ஹா?" என்று மாதவன் கேட்டான்.

"பெண்கள்! ஹஹ்ஹஹ்ஹா, பெண்கள்!" என்று அவன் மேலும் சிரித்துவிட்டு, ''என்னதான் சொன்னாலும் இந்தப் பெண்களுக்கு ஒரு உண்மை மட்டும் புலப்படவே மாட்டேன் என்கிறது! அவர்கள் காதலிக்கத்தான் பிறந்தவர்களே தவிர, கண்ணீர் விடப் பிறந்தவர்களே அல்ல, பிரதர்! என்னால் காதலிக்கப்பட்ட ஒருத்தி கண்ணீர் விடுகிறாள் என்பதற்காக அவளை நான் காலம் முழுவதும் காதலித்துக் கொண்டிருக்க முடியுமா? அப்படிக் காதலித்தால் அதற்குக் 'காதல்' என்றா பேர்? இல்லை. 'தண்டனை' என்று பேர் பிரதர், 'தண்டனை' என்று பேர்!"

"படு புத்திசாலிடா, நீ! நீ கைவிடாவிட்டால் அவள் ஏன் கண்ணீர் விடுகிறாள்?"

"யோசித்துப் பார், நான் மட்டுமா அவளைக் கைவிடுகிறேன்? அவளை நான் கைவிடும்போது அவளும் அதே சமயத்தில் தன்னையறியாமல் என்னைக் கைவிட்டு விடுகிறாள்!"

"அடி, சக்கை! மனு நீதிச் சோழன்டா, நீ! நீதி சாஸ்திரம் எழுதிய மனுகூட உன்னிடம் பிச்சை வாங்க வேண்டும். அது கிடக்கட்டும், நீ அவளைக் கைவிட்டால் இன்னொருவளைத் தேடிக் கொள்ள முடியும்; அவள் இன்னொருவனைத் தேடிக் கொள்ள முடியுமா?"

"ஏன் முடியாது? நானும் என்னுடைய 'பாலிசி'யும் அப்படியொன்றும் அனாதைகளாக இருக்கவில்லை, மாதவன்! என்னையும் என்னுடைய லட்சியத்தையும் பின்பற்றுபவர்கள் எத்தனையோ பேர் இந்த உலகத்தில் உண்டு. அவர்களில் ஒருவன் கூடவா கிடைக்காமற்போய் விடுவான் அவளுக்கு? தாராளமாகக் கிடைப்பான். ஜஸ்ட் ஃபார் அன் எக்சேஞ்ஜுக்குத்தானே?"

"நல்ல எக்சேஞ்ஜுடா, உன் எக்சேஞ்ஜ்! அப்படியே கிடைத்தாலும் அவனுக்காக அவள் தன் கற்பைக் கைவிட முடியுமா? விட்டால் சமூகம் அவளை ஏற்றுக் கொள்ளுமா?"

"என்னைக் கேட்டால் 'சமூகம்' என்று ஒன்று இல்லவே இல்லை என்பேன்! இல்லாத ஒன்றைக் கற்பித்துக்கொண்டு எடுத்ததற்கெல்லாம் அதற்குப் பயந்து கொண்டிருப்பதில் என்ன பிரயோசனம்? அப்ஸல்யூட்லி ராங்! 'கற்பு, கற்பு' என்று கதைப்பதெல்லாம் நம்மவர்களிடம்தான் இருக்கிறதே தவிர, மற்றவர்களிடம் அது இருப்பதாகத் தெரியவில்லை."

"கற்பு வேண்டுமானால் கதையாக இருந்துவிட்டுப் போகட்டும்; ஒழுக்கம்கூடவா கதை?"

"அது உண்மையாகத்தான் இருக்கட்டுமே! அதனால் என்ன, ஒரு தடவைக்கு இரண்டு தடவையாகக் குளித்து விட்டால் போச்சு!"

"குளித்தால் உடம்பில் படிந்த அழுக்கு வேண்டுமானால் போகலாம்; உள்ளத்தில் படிந்த அழுக்கு போகாது."

"அதற்காக நான் ஆறிப்போன இட்லியைத்தான் ஆயுள் பூராவும் தின்று கொண்டிருக்க வேண்டும் என்பது என்ன நீதி? ஐ வாண்ட் ஹாட் இட்லி!"

"பெண் இட்லி அல்ல, பிரதர்..."

"தோசையாயிருக்கட்டும்!"

"தோசையும் அல்ல, அவள்..."

"பூரியாயிருக்கட்டும்!"

"பூரி என்றும் சொல்ல முடியாது, அவளை..."

"வேறு என்னவென்று வேண்டுமானாலும் சொல்லி விட்டுப் போ! ஐ டோண்ட் மைன்ட் முடிந்தால், வசதி இருந்தால் ஒவ்வொரு நாளும் அவள் எனக்குப் புதுசாயிருக்க வேண்டும்; அவ்வளவுதான்!"

"மற்றவர்களுக்கு அவள் பழசாயிருந்தால் பாதகம் இல்லை , அப்படித்தானே?"

"ஏன் பழசாயிருக்கிறாள்? என்னை நீ இன்னும் புரிந்து கொள்ளவில்லை, பிரதர்! அதான் சொன்னேனே, அது ஒரு 'எக்ஸ்சேஞ்ஜ் பிசினஸ்' மாதிரி நடக்க வேண்டும். நேற்று எனக்குப் புதுசாயிருந்தவள், இன்று உனக்குப் புதுசு; எனக்குப் பழசு. அதே மாதிரி, இன்று உனக்குப் புதுசாயிருப்பவள், நாளை எனக்குப் புதுசு; உனக்குப் பழசு. ஆஹா! இந்த 'ஆனந்தன் வழி'யை எல்லாரும் பின்பற்ற ஆரம்பித்து விட்டால் வாழ்க்கை எவ்வளவு ஆனந்தமாயிருக்கும்! பிள்ளை , குட்டி, படிப்பு, உத்தியோகம், கலியாணம், வீடு, வாசல் என்று ஒரு பிக்கல் இருக்குமா? ஒரு பிடுங்கல் இருக்குமா?"

"இருக்காது அப்பனே, இருக்காது."

"உதாரணத்துக்காக உன்னைத்தான் எடுத்துக் கொள்ளேன்! நீ மதனாவைக் காதலித்தாய்; அதோடு நின்றாயா? அவளைக் கலியாணமும் செய்து கொண்டாய். பிடித்தது சனியன்! இனி அவள் உனக்குத்தான் சொந்தம் என்று நீ உரிமை கொண்டாடுவாய்; இனி நீ தனக்குத்தான் சொந்தம் என்று அவள் உரிமை கொண்டாடுவாள். இந்த சொந்தத்திலிருந்து பந்தம் முளைக்கும்; பாசம் முளைக்கும், அப்புறம் பிள்ளை , குட்டி எல்லாம் முளைக்கும். பிடுங்கல், பிடுங்கல், ஒரே பிடுங்கல்! அதோ, போகிறார்கள் பார். இரண்டு பெண்கள், அவர்களும் என் 'பாலிசி'யைப் பின்பற்றுகிறவர்கள்தான். ஏதாவது ஒரு டாக்சியைக் கொண்டு போய் அவர்களுக்கு அருகே நிறுத்தி, 'கம் ஆன், கெட் இன்' என்றால் போதும்;

'தாங்க் யூ!' என்று இனிய குரலில் இனிக்க இனிக்கச் சொல்லிக்கொண்டே ஏறிக் கொள்வார்கள். ஏதாவது ஒரு ஓட்டல் அறையை வாடகைக்கு எடுத்துக்கொண்டு, 'இரவு முழுவதும் நீங்கள் எங்களுடன் தங்க வேண்டும்' என்றால் போதும்; அப்படியே தங்குவார்கள். பொழுது விடிந்ததும் இருபத்தைந்தோ, ஐம்பதோ கையில் கொடுத்தால் போதும்; அழகான புன்னகையுடன் அதை வாங்கிக் கொண்டு போய் விடுவார்கள். அதற்குப் பின் நமக்கும் அவர்களுக்கும் எந்த விதமான உறவும் கிடையாது; உபத்திரவமும் கிடையாது. அந்த மாதிரி வாழ்க்கையை நீயும் அனுபவி ராஜா அனுபவி!"

மாதவன் சிரித்தான்; சிரித்துவிட்டுச் சொன்னான்:

"எனக்கு வேண்டாம் ராஜா அந்த வாழ்க்கை, நீயே அனுபவி!"

"எதற்கும் கொடுத்து வைத்திருக்க வேண்டாமா? நீ எங்கே இன்பத்தை அனுபவிக்கப் போகிறாய்? துன்பத்தைத் தான் அனுபவிக்கப் போகிறாய். அதிலும், ஒருத்தியா காதலிக்கிறாள் உன்னை? மதனா காதலிக்கிறாள்; அருணா காதலிக்கிறாள்; நீலா காதலிக்கிறாள். மதனாவின் காதல் கலியாணத்தில் முடிந்து, இப்போது கண்ணீரில் நிற்கிறது. மற்ற இருவரின் காதல்களும் எதில் முடிந்து, எப்படி நிற்கப் போகின்றனவோ? போ, மதனா உனக்காக அங்கே நின்று அழுது கொண்டிருக்கிறாள்; போ பிரதர், போ! போய், நீயும் அவளுடன் சேர்ந்து அழு! அதற்குத்தான்டா நீ லாயக்கு!" என்று அவன் மாதவனைப் பிடித்துத் தள்ள, "எங்கே நின்று அழுது கொண்டிருக்கிறாள்?" என்றான் அவன், ஒன்றும் புரியாமல்.

"வேறு எங்கே நின்று அழப் போகிறாள்? நீ அனுப்பி வைத்தாயே பெண்கள் விடுதிக்கு, அந்த விடுதிக்கு வெளியே நின்றுதான் அழுதுகொண்டிருக்கிறாள்!" என்றான் ஆனந்தன்.

"உண்மையாகவா?"

“போயும் போயும் ஆண்களிடம் பொய் சொல்லி எனக்கென்னடா, ஆகப் போகிறது? ஏன். அருணா உன்னிடம் வேறு விதமாக ஏதாவது சொன்னாளா?” என்றான் ஆனந்தன் மீண்டும்.

“இல்லை, அவள் வேறு விதமாக என்னிடம் எதுவும் சொல்லவில்லை” என்று சொல்லிக்கொண்டே மாதவன் ஏதோ யோசித்தபடி, தலை முடியைக் கோதி விட்டுக் கொண்டே திரும்பினான்.

“டொய்ங், டொய்ங், டொய்ங்ங்ங்...” என்று வாயினால் படு உல்லாசமாக சோக கீதம் இசைத்துக்கொண்டே, “நான் வரேன், பிரதர்!” என்று அவன் முதுகில் ஒரு தட்டுத் தட்டி விட்டு, அங்கிருந்து நழுவினான் ஆனந்தன்.

அத்தியாயம் : 11

போதாது, பால் உணர்ச்சியைப் போதிக்கத் தெருவில்
திரியும் நாய்களும், வீட்டுக்கு வீடு காணும்

சிட்டுக் குருவிகளும் போதவே போதாது!

...

இந்த அருணா என்னை ஏன் இப்படி ஆட்டிப் படைக்கிறாள்? கலியாணத்துக்கு முன்னால்தான் அவள் தொல்லை யென்றால் பின்னாலுமல்லவா அது தன்னைத் தொடர்ந்து கொண்டே இருக்கிறது!

வீட்டில், அலுவலகத்தில், வெளியில் - எங்கே இருந்தாலும் அவள் எனக்கு எதிரே வந்து நின்றுவிடுகிறாளே!

இதனால் நாலு பேர் நாலு விதமாகப் பேசுவதைத் தவிர அவள் வேறு என்னத்தைக் கண்டாள்?

அதைப் பற்றியும் அவள் கவலைப்படுவதாகத் தெரியவில்லை; 'உங்களை நான் காதலிப்பது உண்மை; அதனால் அவர்கள் சொல்வதும் உண்மை' என்று சொல்லி விட்டுச் சிரிக்க வேறு செய்கிறாளே!

சிரிப்பா அது? எனக்கு நெருப்பாகவல்லவா இருக்கிறது!

அந்தக் காலத்தில் பெண்கள்தான் ஆண்களைக் கண்டால் நெருப்பைப்போல் இருக்க வேண்டுமென்று சொல்வார்கள்; இந்தக் காலத்தில் பெண்களைக் கண்டால் ஆண்களல்லவா நெருப்பைப்போல் இருந்து தொலைக்க வேண்டியிருக்கிறது!

என்னிடம் இருப்பது போல் அவள் எல்லாரிடமும் நீராயிருக்கிறாள் என்றும் சொல்லிவிடுவதற்கில்லை -

சிலரிடம் தொட்டவுடன் சுட்டுவிடும் நெருப்பாயிருக்கிறாள்; இன்னும் சிலரிடமோ தொட்டாலும் சுடாத நெருப்பாயிருக்கிறாள்!

இந்த ஆனந்தன், எல்லாரையும் சுற்றிச் சுற்றி வருவது போல அவளையும்தான் சுற்றிச் சுற்றி வருகிறான்; அவனை ஏன் நெருங்க விடவில்லை அவள்?

கிட்டுபவனைக் கண்டால் எட்டி நிற்கிறாள்; கிட்டாதவனைக் கண்டால் ஒட்டி நிற்கிறாள். ஏன் இந்த சுபாவம் அவளுக்கு?

அவனுக்கேற்றாற் போலத்தான் இந்தக் காலத்துப் பத்திரிகைகள். அவற்றில் வரும் கதைகள், கட்டுரைகள், நாவல்கள், ஆடல் பாடல்கள், சினிமாக் காட்சிகள் எல்லாம் இருக்கின்றன!

ஏதாவது ஒரு கோணத்தில் ஆண் - பெண் உணர்ச்சிகளைத் தூண்டி விடுவதுதானே அவற்றின் இப்போதைய நோக்கமாயிருக்கிறது?

போதாக் குறைக்குக் கல்லூரிகளில் வேறு பால் உணர்ச்சியைப் பற்றிய போதனையை ஆரம்பிக்கப் போகிறார்களாம். யாருக்கு யார் போதனை செய்வார்களோ? பேராசிரியர்களும் பேராசிரியைகளும், மாணவ மாணவி களுக்குப் போதனை செய்வார்களோ, மாணவர்களும் மாணவிகளும், பேராசிரியர்களுக்கும் பேராசிரியைகளுக்கும் போதனை செய்வார்களோ? - தெரியவில்லை!

தப்பித் தவறி அந்த இழவைப் போதிக்கத் தொடங்கிவிட்டால், மேநாட்டுக் கல்லூரிகள் சிலவற்றில் படிக்கிறார்களாமே - மாணவ மாணவிகள் தங்களுடைய காதலி, காதலன், குழந்தைகளுடன் - அந்த மாதிரி இங்கேயும் படிக்கத் தொடங்கிவிடுவார்களோ?

ஒரு நாட்டின் முன்னேற்றத்துக்கு, நாகரிக வளர்ச்சிக்கு அதுதான் அடையாளம் என்றால் அந்த அடையாளம் இந்த நாட்டுக்கும் அவசியம்தானா, தேவைதானா?

அந்த நாகரிகத்தையும் முன்னேற்றத்தையும் நோக்கித் தான் ஆனந்தனைப் போன்றவர்களும், அவர்களை உருவாக்கி வரும் நவீன கலைகளும் போய்க்கொண்டிருக்கின்றனவா?

இவர்கள் போகிற போக்கைப் பார்த்தால் மனிதவர்க்கம் வரை முறையின்றி வாழ்ந்து வந்ததாமே, ஒரு காலத்தில் - அந்தக் காலத்துக்கே போய்விடுவார்களோ?

அதைத்தானா இவர்கள் முன்னேற்றம் என்கிறார்கள்? அதைத்தானா இவர்கள் நாகரிகத்தின் வளர்ச்சி என்கிறார்கள்?

ஒன்றும் புரியவில்லையே!

கடமை வேண்டாமாம் இவர்களுக்கு; கண்ணியம் வேண்டாமாம் இவர்களுக்கு; கட்டுப்பாடும் வேண்டாமாம் இவர்களுக்கு. ஆனால் காதல் மட்டும் வேண்டுமாம், காதல்!

கடமை இல்லாமல், கண்ணியம் இல்லாமல், கட்டுப் பாடும் இல்லாமல் காதல் மட்டும் எப்படி வளரும், வாழும் என்று தெரியவில்லையே?....

அந்த ஒரு விஷயத்தில் மட்டும் ஆனந்தனைவிட அருணா எவ்வளவோ மேல்!

'நிறைவேறும் காதலில் மட்டுமல்ல, நிறைவேறாத காதலிலும் என்னால் இன்பத்தைக் காண முடியும்' என்று சொல்லும்போது அவள்தான் இந்தக் காதல் உலகத்தில் எவ்வளவு உயர்ந்து நிற்கிறாள்!

துரதிர்ஷ்ட வசமாகக் கலியாணத்துக்குப் பிறகும் என்னைத் தெரிந்து காதலிக்கும் அருணாவும் சரி, தெரியாமல் காதலிக்கும் நீலாவும் சரி, என்னதான் தவறு செய்தாலும் இன்றுவரை என்னுடைய அனுபதாபத்தைப் பெறக் கூடியவர்களாய்த்தான் இருக்கிறார்களே தவிர, ஆத்திரத்தைக் காட்டக் கூடியவர்களாக இல்லையே? இது என்ன தர்ம சங்கடம் எனக்கு!

என்மேல் கொண்ட மோகத்தில் இந்த அருணாதான் எத்தனை பொய்கள் சொல்லியிருக்கிறாள்!

உண்மை வெளிப்படும்போது, அதற்காக அவள் கொஞ்சம் வெட்கப்படவாவது செய்கிறாளா? அதுவும் இல்லை; அதற்கும் ஒரு சிரிப்புச் சிரித்து வைக்கிறாள்!

இப்படிச் சிரித்துச் சிரித்தே அவள் என்னைக் கொன்று விடுவாளோ?

அதிலும், சிறிது நேரத்துக்கு முன்னால் அவள் வந்து சொல்லிவிட்டுப் போன அந்தப் பொய்?....

என்னைக் கொல்லாமல் கொல்லும் பொய்யல்லவா? அதை எவ்வளவு துணிவோடு வந்து அவள் என்னிடம் சொல்லிவிட்டுப் போயிருக்கிறாள்? அவளுக்குப் பின்னால் வந்த ஆனந்தன் மட்டும் அதை மறுக்காமல் இருந்திருந்தால் என் கதி இந்நேரம் என்ன ஆகியிருக்கும்?

இதுபோன்ற பொய்கள் அவள் என்மேல் கொண்டுள்ள காதலை வளர்க்கவா செய்யும்? - பைத்தியக்காரி!

அவளைப் பொறுத்தவரை இது வேடிக்கையாகச் சொல்லக்கூடியதும் அல்ல; உண்மையாகவே சொல்லக் கூடியது.

அந்தப் 'பைத்தியக்காரி'யிடமிருந்து மதனாவை உடனே விடுதலை செய்ய வேண்டும், அவளை வேறு எங்கே கொண்டு போய் வைப்பது?...

அதுதான் மாதவனுடைய பிரச்சினைகளிலேயே பெரும் பிரச்சினையாயிருந்தது.

மாமாவும் மாமியும் இந்த யுகத்தில் இங்கிருந்து கிளம்ப மாட்டார்கள்.

இவர்களுக்கும் தெரிந்தே அவளைக் கொண்டு வந்து இங்கே வைத்துக் கொள்ளலாமென்றாலும், அதற்கு வேண்டிய துணிவும் எனக்கு ஏனோ வரவே மாட்டேன் என்கிறது. அந்தத் துணிவு இருந்திருந்தால்தான் முதல் நாள் இரவே அவளை நான் இவர்களுக்குத் தெரியாமல் அங்கே கொண்டு போய் ஒளித்து வைத்திருக்க வேண்டாமே!

மதனாவுக்காக மாமாவையும் மாமியையும் கண்டு அஞ்சவில்லை நான். ஆனால் இந்த நீலா? - ஏதும் அறியாத அவள் சுபாவம்; இனம் தெரியாமல் அவள் என்மேல் கொண்டுள்ள அன்பு - இவற்றுக்கு முன்னால் என்னையும் அறியாமலல்லவா அவளுக்கு நான் அஞ்ச வேண்டியிருக்கிறது?...

மாதவன் இப்படியெல்லாம் எண்ணி மேலே என்ன செய்வதென்று தெரியாமல் குழம்பிக்கொண்டிருந்தபோது, "இன்று நாங்கள் ஊருக்குப் போகலாம் என்று இருக்கிறோம்" என்றார் மாமா, அவனிடம் வந்து.

இதைக் கேட்டதும் உண்டான ஆனந்தத்தில் அவரை அப்படியே கட்டி அணைத்துக்கொள்ள வேண்டும் போல் தோன்றிற்று அவனுக்கு. ஆனாலும் அதை வெளியே காட்டிக் கொள்ளாமல், "என்ன அவ்வளவு அவசரம்?" என்றான் ஒரு பேச்சுக்கு.

"கேட்க வேண்டிய கச்சேரியெல்லாம் கேட்டாகி விட்டது; பார்க்க வேண்டிய காட்சியெல்லாம் பார்த்தாகி விட்டது. இனி இங்கே என்ன வேலை எங்களுக்கு? உன் அப்பாவும் அம்மாவும் வேறு ஊரில் இல்லை; அதனால் நாங்கள் வரும்போது நினைத்துக்கொண்டு வந்த இன்னொரு விசேஷமும் தடைப்படுகிறது..."

"அது என்ன விசேஷம்?"

"வேறு என்ன விசேஷம், உன்னுடைய கலியாண விசேஷம்தான்?"

இதற்கு என்ன சொல்வான் மாதவன்? "ஓகோ" என்று சொல்லி வைத்தான்.

"அது சம்பந்தமாக உனக்கு எந்த விதமான ஆட்சேபணையும் இருக்காதென்று நினைக்கிறேன்!"

இதைக் கேட்டதும், 'இருப்பதற்கு இனிமேல் என்ன இருக்கிறது?' என்று சொல்ல வேண்டும் போல் இருந்தது அவனுக்கு; ஆனால் சொல்லவில்லை. 'மௌனம் சர்வார்த்த சாதகம்' என்று பேசாமல் இருந்தான்.

"உன்னுடைய மௌனத்திலிருந்தே உனக்கு அதில் பூரண சம்மதம் என்று தெரிகிறது. அப்பாவையும் அம்மாவையும் உடனே பார்த்துப் பேசி, இந்த வருஷமே கலியாணத்தைச் செய்து வைத்து விடலாமென்று நினைக்கிறேன். அதற்காக நாங்கள் இப்போது எங்களுடைய ஊருக்குக்கூடப் போவதாக இல்லை; நேரே அவர்கள் இருக்கும் ஊருக்குத்தான் போகப் போகிறோம்."

இதற்கு என்ன சொல்வதென்று தெரியவில்லை அவனுக்கு; "போய் வாருங்கள்" என்றான், 'மங்களம் உண்டாகட்டும்' என்று மட்டும் சொல்லாமல்!

அத்துடன், அங்கே போனால் விஷயம் எப்படியும் வெட்ட வெளிச்சமாகிவிடும்; அதற்குப் பிறகாவது இவர்கள் தன்னை விட்டுத் தொலைக்கலாமல்லவா?...

இப்படி நினைத்த மாதவனுக்கு அதுவும் ஒரு விதத்தில் நல்லதாகவே தோன்றிற்று. தான் கலியாணம் செய்து கொண்ட விஷயத்தைத் தானே இவர்களிடம் சொல்வதை விட, தன்னுடைய பெற்றோர் சொல்லிவிடுவது மேல்தானே?

பாவம், இந்த நீலா! அவள் மனம்தான் அதைக் கேட்டதும் உடைந்து போகும். அதற்காக இன்னும் எத்தனை நாட்கள் அவளுக்குத் தெரியாமல் அந்த விஷயத்தை மறைத்துக் கொண்டிருக்க முடியும்? இன்றில்லா விட்டாலும் என்றாவது ஒரு நாள் அது அவளுக்குத் தெரியவேண்டியது தானே? இப்போதே தெரிந்துவிட்டுப் போகிறது!

அதனால் எனக்கும் ஒருவிதத்தில் நிம்மதி; அவளுக்கும் இன்னொரு விதத்தில் நிம்மதி.

ஒருவேளை அந்த அசட்டுப் பெண் அதையும் கேட்டுவிட்டு, 'அத்தான் அந்தக் கலியாணத்தைக்கூட வேடிக்கைக்காகத்தான் செய்து கொண்டிருப்பார், இல்லேம்மா?" என்று தன் அம்மாவிடம் வழக்கம்போல் கேட்டுவிட்டுக் கைகொட்டிச் சிரிப்பாளோ?...

மாதவன் இப்படியெல்லாம் எண்ணிப் பொருமிக் கொண்டிருந்தபோது, "டிபன் கொண்டு வரட்டுமா, அத்தான்?" என்று அவனை மேலும் சோதிப்பது போல் கேட்டுக்கொண்டே அங்கு வந்தாள் நீலா.

ஆழ்ந்த பெருமூச்சுடன் அவளை ஏறிட்டு நோக்கி விட்டு, "தேவலையே, இன்று உன் அம்மா உன்னைப் பிடித்துத் தள்ளாமலேயே நீயாக வந்து எனக்கு முன்னால் நின்றுவிட்டாயே!" என்றான்.

அதற்குள் அங்கே வந்த அவள் அம்மா, "என்றைக்கும் அப்படியே இருந்துவிடுவாளா? இன்று கொஞ்சம் முன்னேறியிருக்கிறாள்!" என்றாள் புன்னகையுடன்.

"ம், முன்னேறட்டும், முன்னேறட்டும்!" என்று சொல்லிக்கொண்டே, நீலா கொண்டுவந்து வைத்த 'டிப'னில் கொஞ்சம் எடுத்து வாயில் போட்டுப் பார்த்தான் அவன்.

"எப்படியிருக்கிறது, அத்தான்?" என்றாள் அவள்.

"உன்னைப்போல் இல்லை" என்றான் அவன்.

"அப்படியென்றால்...?"

"நன்றாயிருக்கிறது என்று அர்த்தம்டி!" என்றாள் அம்மா 'சமய சஞ்சீவி' போல் வந்து குறுக்கிட்டு.

"ஏன், நான் நன்றாயில்லையா?" என்றாள் அவள், முகம் சிவக்க.

"யார் சொன்னது? வேடிக்கைதான்! ஒரு பெண்ணை 'நன்றாயில்லை' என்று அவளிடமே சொல்ல இந்த உலகத்தில் எந்த ஆணுக்கும் தைரியம் கிடையாதே" என்றான் அவன்.

"உங்களையும் சேர்த்துத்தானே சொல்கிறீர்கள்?" என்றாள் மாமி, மீண்டும் தன் மகளுக்குப் பதிலாக.

மாதவன் சிரித்தான்; சிரித்துவிட்டுச் சொன்னான்:

“இப்படி எல்லாவற்றுக்கும் நீங்களே வந்துகொண்டிருக்க முடியுமா, என்ன?”

“அவள் குழந்தை, அவளுக்கு என்ன தெரியும்?”

“நான் குழந்தையில்லையே” என்று அங்கிருந்து நழுவினான் அவன்.

அத்தியாயம் : 12

அழகான பெண்களும், 'அவுட் ஆல் ஏஜ்'களும்...ஆகா, ஆகா!...

ஆனந்தன் சொன்னது சொன்னபடி, கண்ணீரும் கம்பலையுமாகத்தான் அந்தப் பெண்கள் விடுதியின் வாசலிலே நின்றுகொண்டிருந்தாள் மதனா.

மாதவனைக் காதலிக்கும்போதும், அவனுக்காகத் தன் தந்தை, தாயார், உற்றார், உறவினர் ஆகியோரையெல்லாம் ஒரு நொடியில் உதறி எறிந்துவிட்டு, 'நீயே கதி' என்று அவனைப் பதிவுத் திருமணம் செய்துகொண்டபோதும் அவள் எவ்வளவுக்கெவ்வளவு பெருமையுற்றிருந்தாளோ, அவ்வளவுக்கவ்வளவு இப்போது சிறுமையுற்றிருந்தாள்.

காரணம், முதல் நாள் இரவு அவள் அருணாவின்மேல் வைத்த நம்பிக்கையை மறுநாள் காலை வந்த ஆனந்தன் அடியோடு தகர்த்தெறிந்துவிட்டுச் சென்றிருந்ததுதான்.

'இதோ, நான் போய் அந்த மாதவனின் காதைப் பிடித்து இழுத்துக்கொண்டு வருகிறேன்' என்று சொல்லிவிட்டுப் போன அருணா, நெடு நேரமாகியும் வராமற் போகவே, அவளை எதிர்பார்த்து எதிர்பார்த்து ஏமாற்றமடைந்த மதனா, உள்ளேயே அடைந்து கிடக்க முடியாமல் சற்றுக் காற்றாட வெளியே வந்தாள். வந்த பிறகுதான் 'ஏன் வந்தோம்?' என்று ஆகிவிட்டது அவளுக்கு. வராமல் இருந்திருந்தால் அவளும் ஆனந்தனைப் பார்த்திருக்க முடியாது; ஆனந்தனும் அவளைப் பார்த்திருக்க முடியாது.

அதிலும், அந்த ஆனந்தன் என்றும் வருவது போலவா அன்று வந்தான்? வரும்போதே ஏதோ ஒரு 'மரணச் செய்தி'யைக் கொண்டுவருபவன்போல் அல்லவா வந்தான்?

அவனைப் பார்த்ததும் மதனா என்னவோ வழக்கம்போல் தன் முகத்தைத் திருப்பிக் கொள்ளத்தான் செய்தாள். ஆனால் எடுக்கும் போதே, "எல்லாம் முடிந்துவிட்டது மதனா, எல்லாம் முடிந்துவிட்டது!" என்று அவன் சொல்லும்போது, அவளால் அவனை எப்படித் திரும்பிப் பார்க்காமல் இருக்க முடியும்? "என்ன முடிந்துவிட்டது?" என்று அவனை எப்படிப் பதட்டத்தோடு கேட்காமல் இருக்க முடியும்? கேட்டாள்.

அது போதாதா, அவனுக்கு? "இதெல்லாம் உலகத்தில் சகஜம்; மனத்தைக் கொஞ்சம் திடப்படுத்திக் கொள்" என்று அவன் அவளை மேலும் கொஞ்சம் குழப்பினான்.

"போதும், விஷயத்துக்கு வாருங்கள்!" என்றாள் அவள், பொறுமையிழந்து.

"அதுதான் வந்துகொண்டே இருக்கிறேனே, மாதவன்... மாதவன்..."

"என்ன அவருக்கு?"

"அவருக்கு எந்தவிதமான ஆபத்தும் இல்லை ; எல்லா ஆபத்தும் உனக்குத்தான்!"

"இவ்வளவுதானே? அதைப் பற்றி நான் கவலைப்பட வில்லை; அப்புறம்?"

"ஆபத்து உன் உயிருக்கு வருவதாயிருந்தால் அதைப் பற்றி நீ என்ன, நான்கூடக் கவலைப்பட மாட்டேன்.

ஏனெனில், அத்துடன் எல்லாம் முடிந்துவிடுகிறதல்லவா? ஆனால் உனக்கு வரப்போகும் ஆபத்து அப்படிப்பட்டதல்ல; அது உன் வாழ்வைப் பற்றியது மதனா, வாழ்வைப் பற்றியது!"

"அதாவது, அவர் நீலாவைக் கலியாணம் செய்து கொள்ளப் போகிறார்; அதற்கு வேண்டிய ஏற்பாடெல்லாம் நடந்து முடிந்துவிட்டது என்று சொல்லப் போகிறீர்கள்; அவ்வளவுதானே?" என்றாள் அவள்.

ஆனந்தனுக்கு ஆச்சரியம் தாங்கவில்லை - தான் சொல்லப்போவது உண்மையாயிருந்து, அது அவளுக்குத் தெரிந்திருந்தால்கூட அவனுக்கு ஆச்சரியமாயிருந்திருக்காது; பொய்யும் அவளுக்குத் தெரியுமென்றால் அது அவனுக்கு ஆச்சரியமாயிருக்காதா? - அந்த ஆச்சரியத்துடனேயே அவன் அவளைக் கேட்டான்:

"ஆமாம், அது எப்படித் தெரிந்தது உனக்கு?"

"தெரியட்டும், தெரியாமற் போகட்டும். அதில் அவருக்கு மகிழ்ச்சியென்றால் எனக்கும் மகிழ்ச்சிதான். அப்புறம்?"

இந்த 'அப்புறம்?' என்பதற்கெல்லாம் ஆனந்தனா அசைந்து கொடுப்பான்? அவன் 'ஹஹ்ஹஹ்ஹா' என்று ஒரு 'சினிமாச் சிரிப்பு'ச் சிரித்துவிட்டு, "இது நளாயினி காலம் இல்லை மதனா, 1973" என்றான்.

அதற்கும் விட்டுக் கொடுக்கவில்லை அவள்; "அதுவும் தெரியும் எனக்கு; அப்புறம்?" என்றாள் அதே தோரணையில்.

"அவனை நம்பி நீ உன் காலத்தை வீணாக்கிக் கொண்டிருக்கிறாய் என்கிறேன் நான்!" என்றான் அவன், அவள் மேல் குற்றம் சாட்டுவதுபோல் 'வில்லன் போ'ஸில் நின்று.

"அதற்காக நான் அழப்போவதில்லை ; நீங்கள் அழப் போகிறீர்களா? அழுங்கள்" என்று அவள் திரும்பினாள்.

அப்போதும் அவன் அவளை விடவில்லை ; இப்படியும் அப்படியுமாக ஆடி அசைந்து நடந்து கொண்டே, "உண்மையிலேயே அதை நினைத்தால் எனக்கு அழுகை வரத்தான் செய்கிறது, மதனா! எல்லாப் பெண்களையும்போல நீயும் ஒரு இருபது இருபத்தைந்து வருஷ காலம் அந்த உதவாக்கரைப் பயலுக்கு மனைவியாக வாழ்ந்து, அதற்குப் பின் இருக்க இடத்துக்கும், தின்னச் சோற்றுக்கும், கட்டத் துணிக்கும் பெற்ற பிள்ளைகளிடமும், கொண்ட மருமக்களிடமும் அல்லல்படும் மாமியாகவும், பாட்டியாகவும் வாழப் போகிறாயா? யோசித்துப் பார்! ஆண்களுக்கு வேண்டுமானால் அதை விட்டால் வேறு வழியில்லாமல் இருக்கலாம். பெண்களுக்கு, அதிலும் உன்னைப் போன்ற அழகான பெண்களுக்கு வேறு எத்தனையோ வழிகள் இருக்கின்றன. அதற்காக நீ செய்ய வேண்டியதெல்லாம் ஒன்றே ஒன்றுதான். அதாவது 'கற்பு, கற்பு' என்று ஒரு 'கதை' விட்டுக் கொண்டிருக்கிறார்களே, நம் நாட்டில் - அந்தக் கற்பை 'உண்மையாகவே கதைதான்' என்று துணிந்து நீ தூக்கி எறிய வேண்டும்.

அந்தக் கவைக்குதவாத கற்பைப் பற்றி நீயும் மாதவனும் கூட ஒரு சமயம் மனம் விட்டுப் பேசிக் கொண்டிருந்தீர்களே, நினைவிருக்கிறதா உனக்கு? 'மேல்நாட்டில் இருப்பதுபோல இங்கும் ஒருத்தி ஒருவனுடன் இருக்கும்போது மட்டும் கற்புடன் இருந்தால் போதும்; அந்த ஒருவன் மறைந்த பிறகு அவள் இன்னொருவனைத் தேடிக்கொள்ள அந்தக் கற்பு அவளுக்குக் குறுக்கே நிற்க வேண்டாம். அதனால் என்ன நடக்கிறது? ஒழுக்கக் குறைவும், பிறருக்குத் தெரிந்தோ, தெரியாமலோ செய்து கொள்ளும் கருச்சிதைவும்தான் நாளுக்கு நாள் அதிகரித்துக்கொண்டு வருகின்றன!' என்று நீங்கள் அன்று பேசிக் கொண்டிருக்கவில்லையா? அந்தப் படிக்கு மேலே இன்னும் ஒரே ஒரு படிதான் போகச் சொல்கிறேன் நான். அதாவது, 'ஒருத்தி ஒருவனுடன் கட்டுப்பட்டுத்தான் வாழ வேண்டும் என்பது என்ன நீதி?' என்று கேட்கிறேன் நான். கேவலம், ஆடு மாடுகள் போன்ற

நாலு கால் ஜீவன்களுக்குக் கூட இல்லாத அந்தக் கட்டுப்பாடு, இரண்டு கால் ஜீவன்களுக்கு மட்டும் ஏன், எதற்காக? வளமான வாழ்வைப் பறிக்கும் அந்த வறட்டுப் பெருமை உனக்கு வேண்டவே வேண்டாம். அதனால் பரம்பரை, குல முறை வேண்டுமானால் உருவாகலாம்; சர்வ வல்லமையுள்ள பணம் உருவாகுமா, பணம்? ஒரு பெண் அந்தக் கட்டுப்பாட்டை மட்டும் காலத்தோடு உதறி எறிந்து விட்டு என்னுடன் வரட்டும்; அவள் காலடியில் அவளுடைய எடைக்கு எடை தங்கத்தைக் குவிக்கிறேனா, இல்லையா என்று பார்!

ஆனால் பெண்ணைப் பொன்னாக்கும் வித்தை எல்லாருக்கும் தெரிந்துவிடாது மதனா, எல்லாருக்கும் தெரிந்து விடாது. அது என்னைப் போன்ற ஒரு சிலருக்கே கைவந்த கலை. ஆம், 'அபத்தம்' எதுவாயிருந்தாலும் அதைக் 'கலை' என்று அழகுத் தமிழில் சொல்லிவிடு; எல்லாம் மறைந்து போகும். அதற்குப் பின் பார்! வழுக்கை விழுந்த எத்தனையோ பெரிய தலைகள் வந்து உனக்கு 'வைராபிஷேகம்' செய்யும்; உன் காலடித் தூசை வாங்கிக் கண்ணில் ஒற்றிக் கொள்வதற்காகக் கையேந்தி நிற்கும். அத்தகைய வாழ்க்கைக்கு வழி காட்டத் துடிக்கும் என்னை நீ எங்கே நம்புகிறாய்? அருணாவை நம்பும் அளவுக்குக்கூட நம்பவில்லையே! அவளையும் நான் இப்போது வழியில் பார்த்துவிட்டுத்தான் வருகிறேன். அவள் உன்னிடம் சொல்லிவிட்டுச் சென்றது போல அந்த மாதவனை இங்கே அழைத்துக்கொண்டா வரப் போகிறாள்? ஒரு நாளும் இல்லை; அவனாகவே இங்கு வருவதாயிருந்தால்கூட அவள் அதற்கு ஏதாவது ஒரு முட்டுக்கட்டை போட்டுவிட்டு வருவாள். எனக்குத் தெரியாதா, அவளை? அவளுக்கும் அவனிடம் ஏதோ ஒரு மயக்கம்; எல்லாம் விட்டில் பூச்சிகள் விளக்கில் விழுந்து மடியத் துடிக்கும் கதைதான். அந்த விட்டில் பூச்சிகளில் ஒன்றாக நீயும் ஆகிவிடாதே! அதை என்னால் தாங்கவே முடியாது. வா, என்னுடன்; இப்போதே வா!" என்று அவன் துணிந்து அவள் கரத்தைப் பற்றப் போக, அவனுடைய கைக்குக் கிடைத்தது ஒரு போலீஸ்காரரின்

இரும்புக் கையாயிருக்கவே, அவன் திடுக்கிட்டு, "யார் நீங்கள்?" என்றான் ஒன்றும் புரியாமல்.

"அதே கேள்வியைத்தான் நானும் உங்களைக் கேட்க வேண்டுமென்று இங்கே வெகு நேரமாகக் காத்துக் கொண்டிருக்கிறேன்!" என்று சொல்லிவிட்டு, "உங்கள் பெயர்?" என்று கேட்டார் போலீஸ்காரர்.

"ஆனந்தன்."

"ஆனந்தனா!" என்று சொல்லிக்கொண்டே, அவர் தம் சட்டைப்பையிலிருந்த ஏதோ ஒரு குறிப்பை எடுத்துப் பார்த்து விட்டு, "இல்லையே, அவர் பெயர் ஆபிரகாம் லிங்கன் என்று அல்லவா இருக்கிறது?" என்று தலையைச் சொறிந்தார்.

"பாவம், அவரைத்தான் எப்போதோ அமெரிக்காவில் சுட்டுக் கொன்றுவிட்டார்களே, சார்" என்றான் ஆனந்தன்.

"அது எனக்குத் தெரியாதா? இந்த ஆபிரகாம் லிங்கனுக்கு புத்தி சுவாதீனமில்லையாம்; கண்ட இடத்தில் நின்று தனக்குத் தானே ஏதாவது உளறிக்கொண்டே இருப்பாராம். இரண்டு நாட்களுக்கு முன்னால் ராயப்பேட்டையிலிருந்து இவர் காணாமற் போய்விட்டாராம். சம்பந்தப்பட்டவர்கள் செய்து கொண்ட விண்ணப்பத்தின் பேரில் இப்போது நாங்கள் அவரைக் கண்டுபிடித்துக் கொடுக்கும் முயற்சியில் ஈடுபட்டிருக்கிறோம். நீங்களும் அவரைப் போலவே தன்னந் தனியாக நின்று இங்கே ஏதோ பேசிக்கொண்டிருக்கவே..."

"தன்னந்தனியாகவா!" என்று தன்னைச் சுற்றி ஒருமுறை பார்த்துக்கொண்ட அவன், "நாசமாய்ப் போச்சு! நான் ஒரு அமெச்சூர் நாடக நடிகன் ஐயா, நாடக ஒத்திகை பார்த்துக் கொண்டிருந்தேன்; ஆளை விடும்!" என்று சமாளித்து அவரை அனுப்பிவிட்டு, மீண்டும் ஒரு முறை சுற்றுமுற்றும் பார்த்தான். காணவில்லை; மதனாவைக் காணவேயில்லை!

பேசிக்கொண்டிருக்கும் போதே அவள் உள்ளே போய் விட்டாளோ? என்ன நெஞ்சழுத்தம் அவளுக்கு!

அதற்காக அவளை நான் விட்டுவிடுவேனா? அதுதான் நடக்காது என்னிடம். காறி முகத்தில் துப்பினாலும், 'என்ன சார், இப்படி விளையாடுகிறீர்களே!' என்று சமாளிக்கும் 'முற்போக்காளர்க'ளைச் சேர்ந்தவனல்லவா நான்? மீண்டும் முயல்வேன், மீண்டும் மீண்டும் முயன்று கொண்டே இருப்பேன்!....

இந்த 'விரத'த்தை மேற்கொண்ட பின், 'எதற்கும் அந்த மாதவனைப் போய்ப் பார்ப்போம்' என்று ஆனந்தன் அங்கே போனபோதுதான், அருணா அவனிடம் விடை பெற்றுக் கொண்டிருந்தாள். அவள் போன பின் அவனைப் பார்த்துப் பேசி விட்டுத் திரும்பிய ஆனந்தன், மறுபடியும் மதனாவிடம் வரவில்லை; நேரே அலுவலகத்துக்குப் போய்விட்டான்.

'ஆனந்தன் இன்று எப்படியும் மதனாவைச்சந்தித்திருக்கக் கூடும்' என்பதை ஒருவாறு ஊகித்தறிந்து கொண்ட அருணா, விடுதிக்கு வந்ததும் வராததுமாக இருக்கும்போதே, "இங்கே ஆனந்தன் வந்திருந்தானா?" என்று மதனாவைக் கேட்டாள்.

"ஆமாம்" என்றாள் அவள், அசிரத்தையாக.

"என்னடியம்மா, உனக்கு? 'அகத்துக்காரரைக் கையோடு அழைத்துக்கொண்டு வருகிறேன் என்று சொல்லிவிட்டுப் போய் இவள் மட்டும் வந்திருக்கிறாளே!' என்று நினைக்கிறாயா? அங்கே போய்ப் பார்த்தால் நிலைமை ரொம்ப மோசமாக இருந்தது. யாரோ லட்டு மாமியாம்; அவள் கழுகுக் கண்களுக்கு யாரும் தப்ப முடியாது போல் இருந்தது. அப்படியும் துணிந்து நான் ஒரு பொய் சொன்னேன். 'அது என்ன பொய்?' என்று தெரியுமா, உனக்கு?"

"என்ன பொய்யாம்?"

"என்னிடம் சொல்லிக் கொள்ளாமல் நீ எங்கேயோ ஓடிப் போய்விட்டதாகச் சொல்லிவிட்டு வந்திருக்கிறேன்டி அம்மா! அதைக் கேட்டாவது அந்த லட்டு மாமியையும், காராபூந்தி நீலாவையும் விட்டுவிட்டு இங்கே அலறிப் புடைத்துக்கொண்டு ஓடி வரமாட்டானா என்றுதான் அப்படி ஒரு பொய்யைச் சொன்னேன் அவனிடம். நீ அதைத் தப்பாக எடுத்துக்கொண்டு விடாதே!"

இதைக் கேட்டதும் தன்னை யாரோ தூக்கி வாரிப் போட்டது போல இருந்தது மதனாவுக்கு. என்னதான் இருந்தாலும் இப்படி ஒரு பொய்யா!...

அதற்குமேல் அவளை யோசிக்கவிடாமல், அப்போது வெளியேயிருந்து ஒரு குரல் வந்தது:

"மதன்! ஓ, மதன்!"

சந்தேகமேயில்லை ; அது அவருடைய குரல்தான்!

இப்படி நினைத்தாளோ இல்லையோ, குதிரையைத் தட்டி விட்டதும் துப்பாக்கியிலிருந்து கிளம்பும் ரவையைப் போலப் பாய்ந்து வந்து, வாசலில் நின்று கொண்டிருந்த மாதவனை அப்படியே கட்டி அணைத்துக் கொண்டு விட்டாள் அவள்!

அத்தியாயம் : 13

எத்தனை இன்பம், எத்தனை துன்பம்,
இந்தக் காதலிலே?...

“அப்பாடா இப்போதுதான் என் மனசு குளிர்ந்தது”'

மாதவனின் மார்பில் மதனா தன் முகத்தைப் புதைத்துக் கொண்டதும் இப்படிச் சொன்னவள் வேறு யாருமல்ல; அருணாதான்

காரியம் மிஞ்சிப் போன பிறகு, இப்படிச் சொல்வதைத் தவிர அவளுக்கு வேறு வழி?...

ஆனால் உண்மையிலேயே அவள் மனசு குளிர்ந்ததா என்றால், அதுதான் இல்லை. கலியாணத்துக்கு முன்னால் மட்டுமல்ல; பின்னாலும் யாரைநிமிஷத்துக்கு நிமிஷம் நெருங்க விடக் கூடாது என்று அவள் பகீரதப் பிரயத்தனம் செய்து வந்தாளோ, அதற்காகத் தனக்கு உள்ளூறப் பிடிக்காத அந்த ஆனந்தனுடன்கூட அவள் உறவு கொண்டாடி வந்தாளோ, அவர்கள் தனக்கு எதிர்த்தாற்போலேயே இப்போது நெருங்கி நிற்பதென்றால்?...

சகிக்கவில்லை அவளுக்கு; ஆனாலும் அதை அப்போது வெளியே காட்டிக்கொள்ள முடியுமா? வராத புன்னகையை வரவழைத்துக்கொண்டு மெல்ல அவர்களை நெருங்கினாள். சிரித்துக்கொண்டே ஒருவர் பிடியிலிருந்து ஒருவரைத் தன் கையாலேயே வருவது வரட்டும் என்று பிரித்து நிறுத்திவிட்டு, “பட்டப் பகல், நட்ட நடுத் தெரு, என்னதான் இருந்தாலும் இதுகூடவா தெரியவில்லை?” என்று 'அம்மாமி பாணி'யில் அவர்களைச் செல்லமாகக் கடிந்துகொண்டாள்.

அதை உண்மையென்று நம்பி வெட்கத்தால் முகம் சிவந்துபோன மதனா, “அதென்னவோ தெரியவில்லை; இன்று இவரைக் கண்டதும் என்னை நானே மறந்து விட்டேன்’” என்றாள், தரையைத் தன் கால் கட்டை விரலால் கீறிக் கொண்டே.

“உன்னை மறந்தாலும் உலகத்தை மறந்துவிடாதேடி யம்மா, அது பார்த்ததும் பார்க்காததுமாக ஆயிரம் சொல்லும்!” என்றாள் அருணா, செயற்கரிய காரியத்தைச் செய்துவிட்ட பெருமிதத்தைத் தனக்குள் அடக்க முடியாமல் அடக்கிக் கொண்டு.

"நாங்கள் மறந்தாலும் நீயாவது மறக்காமல் இருந்தாயே, அதைச் சொல்லு!" என்றான் மாதவன், அவள் முதுகில் ஒரு ' ‘ கொடுக்காத குறையாக’.

“உங்களுக்கென்ன, சொல்லாமல் என்ன இருந்தாலும் நீங்கள் ஆண் பிள்ளை, எதை எங்கே வேண்டுமானாலும் செய்யலாம்; ஏதும் அறியாத பூனை போலும் இருக்கலாம்!” என்றாள் மதனாவை அப்போதும் மறக்காமல் தனக்குப் பின்னால் தள்ளி நிறுத்திக்கொண்டே.

'“அதெல்லாம் அந்தக் காலம்; இந்தக் காலத்தில்தான் பெண்களிலும் பலர் அப்படி இருக்கிறார்களே!”'என்றான் மாதவன், அவளைச் சுட்டாமல் சுட்டி.

அருணாவுக்குச் சுருக்கென்றது; அவள் உடனே அந்தப் பேச்சை மாற்ற விரும்பி, '“என்ன இருந்தாலும் உங்களைப் போல யாரும் இருக்க மாட்டார்கள்!'” என்றாள் அவனைப் பார்க்காமல் பார்த்து.

“எதற்காக அப்படிச் சொல்கிறாய்?”

'"உங்களைப் பிரிந்து துடிக்கும் ஒரு பெண்ணுக்காக உங்களை நான் இங்கே வரவழைக்க எவ்வளவு பெரிய பொய் சொல்ல வேண்டியிருந்தது!'" என்றாள் அவள், அதுதான் சமயமென்று.

"'ஓ, அதைச் சொல்கிறாயா அதற்காக நீ கவலைப்படாதே; பிறருக்கு நன்மை விளையுமென்றால் ஒரு பொய் என்ன, ஒராயிரம் பொய்கள் வேண்டுமானாலும் சொல்லலாமாம்!"

"எப்படியோ உங்களைக் கொண்டு வந்து இங்கே சேர்த்துவிட்டேன் நான். இனி அவள் பாடு, உங்கள் பாடு. நான் வரட்டுமா?" என்று அவள் திரும்பினாள்.

'அதற்குள் உன்னை விட்டு விடுவேனா, நான்' என்றான் அவன்.

அவள் திரும்பி, '"விடாமல் என்ன செய்யப் போகிறீர்கள்?"' என்றாள்.

'"இன்னும் ஒரே ஒரு நாள் மதனாவை நீ இங்கே வைத்திருக்க வேண்டும்."'

மாதவன் இப்படிச் சொன்னதுதான் தாமதம், அருணாவுக்குப் பின்னாலிருந்த மதனா சட்டென்று அவனுக்கு முன்னால் வந்து நின்று, "அதெல்லாம் முடியாது. இன்னும் ஒரே ஒரு நாள் என்ன, ஒரே ஒரு மணி நேரம்கூட நான் இங்கே இருக்க மாட்டேன்; இருந்தால் எனக்குப் பைத்தியம்தான் பிடிக்கும்'" என்றாள் தீர்மானமாக.

'"ரொம்ப நல்லதாச்சே, அது அந்த நிலைக்கு நீ வந்து விட்டால் எந்தக் கவலையும் உன்னைப் பாதிக்காது. இஷ்டத்துக்கு எதையாவது பேசிக்கொண்டு, இஷ்டத்துக்கு யார் தலையிலாவது கல்லைத் தூக்கிப் போட்டுக்கொண்டு..."'

அவன் முடிக்கவில்லை; '"யார் தலையிலாவது என்ன, உங்கள் தலையிலேயே கல்லைத் தூக்கிப் போட்டாலும்

போட்டுவிடுவேன்; அந்த அளவுக்கு என் மூளை இப்போது குழம்பிப் போயிருக்கிறது"' என்றாள் அவள்.

'"செய்; கலியாணத்துக்குப் பிறகு ஒரு மனைவி தன் கணவனுக்குச் செய்ய வேண்டிய கடமையல்லவா அது"'

"எது?"

கணவன் தலையிலே மனைவி கல்லைத் தூக்கிப் போடுவதுதான்!"

'"விளையாடாதீர்கள்; எனக்குக் கெட்ட கோபம் வரும்."

'"வந்தால் என்ன? 'ஒன்று, இரண்டு, மூன்று என்று எண்ணிக்கொண்டே இரு; கோபம் வந்த சுவடு தெரியாமல் போய்விடுமாம்"!

'"இப்படித்தான் நீங்கள் பேசிக்கொண்டே இருக்கப் போகிறீர்களா"?

'"இல்லை; இன்னும் கொஞ்ச நேரத்தில் இங்கிருந்து போகப் போகிறேன், மாமாவை ஊருக்கு அனுப்ப " '"போனால் என்ன நடக்கும், தெரியுமா"?

"'தெரியுமே, அருணாவை அலுவலகத்துக்கு அனுப்பி விட்டு, நீ உள்ளே போய்ப் படுத்துக்கொண்டு விடுவாய்! " '"அதுதான் இல்லை; நானும் உங்கள் மாமாவிடம் வந்து, 'நான்தான் உங்கள் மனைவி; நீங்கள்தான் என் கணவர் என்று சொல்லப் போகிறேன்!"

'"அந்தக் காரியத்தை மட்டும் இப்போது செய்துவிடாதே, அதனால் ஒரு பெண்ணின் எண்ணத்தில் மண்ணைப் போட்ட பாவம் உன்னை வந்து சேரும்.'"

'"எந்தப் பெண் அவள்?"

"என் மாமாவின் பெண் நீலாவைத்தான் சொல்கிறேன்!"

"அந்த அசட்டுப் பெண்மீது வேறு இப்போது ஆசை வந்துவிட்டதா, உங்களுக்கு?"

'"ஆசை வரவில்லை; அவளிடம் எனக்கு எப்போதுமே ஒரு அனுதாபம் உண்டு."

'"அதுதானே காதலுக்கு முதல் படி?"

'"அது காதலுக்கு முதல் படியோ, கடைசிப் படியோ, இப்போது நீ அங்கே வந்து அந்தக் குட்டை உடைக்க வேண்டாம்; அதை உடைப்பவர்கள் உடைத்துவிடுவார்கள் "
"யார் அவர்கள்?"

'"வேறு யார்? என்னைப் பெற்று வளர்த்த பாவத்தை ஏற்கெனவே செய்திருக்கும் என் பெற்றோர்தான் அந்தப் பாவத்தையும் செய்வார்கள்"!

'"அவர்களை மட்டும் அந்தப் பாவத்தைச் செய்ய விடலாமா நீங்கள்"?"

"இதற்கெல்லாம் உனக்குப் புரியும்படியாகப் பதில் சொல்வது மிகவும் கடினம், மதன் இயற்கையிலேயே மனிதனுக்கு எத்தனையோ பலவீனங்கள் உண்டு; அவற்றில் அதுவும் ஒன்று என்று வைத்துக்கொள்ளேன்!'"

'"அந்த மாதிரி பலவீனத்தால்தான் என்னை நீங்கள் கலியாணம் செய்துகொண்டீர்களா?"

'"இருக்கலாம்; உன்னைக் கலியாணம் செய்து கொண்டதும் என்னுடைய பலவீனமாயிருக்கலாம்; நீலாவிடம் நான்

அனுதாபம் காட்டுவதும் என்னுடைய பலவீனமாயிருக்கலாம். இதையெல்லாம் அன்பு, கின்பு என்று சொல்லிக் கொண்டு, ஆத்மாவைக் கொன்று வாழ முடியாத ஜீவன்கள் சில இன்னும் இந்த உலகத்தில் இருந்து கொண்டிருக்கின்றனவே, அவற்றினிடம் சகஜம் மதன், சகஜம்!''

'"அப்படியானால் இன்னும் உங்களை நான் நம்பத்தான் வேண்டும் என்கிறீர்களா, நீங்கள்?''"

"'ஏன், 'நம்ப வேண்டாம் என்று அந்த ஆனந்தன்

சொன்னானா?''

"அது எப்படித் தெரிந்தது, உங்களுக்கு?"

'அவனைப் பற்றித் தெரிந்தவர்களுக்கெல்லாம் அது தெரியுமே ஆடம்பர வாழ்வின்மேல் கொண்ட மோகத்துக்காகத் தன் ஆன்மாவையே கொல்லாமல் கொன்றுகொண்டுவிட்ட அவனிடம் பணம் உண்டு; செல்வாக்கு உண்டு; அதற்கேற்ற செருக்கும் உண்டு. ஆனால் ஒன்றே ஒன்றுதான் அவனிடம் இல்லை!"

'அது என்ன?''

"வேறென்ன, உதட்டோடு நிற்காமல் உள்ளத்திலும் தனக்கு இடம் கொடுத்தோரையெல்லாம் சதா துன்பத்துக் குள்ளாக்கிக் கொண்டிருக்கிறதே அன்பு என்ற ஒன்று, அதுதான் அது!''

'அப்படிப்பட்ட மனிதரை நீங்கள் ஏன் இன்னும் உங்கள் நண்பராகக் கொண்டிருக்க வேண்டுமாம்?"

'அதற்கும் அன்புதான் காரணம், மதன் இன்றில்லா விட்டாலும் என்றாவது ஒரு நாள் அவன் திருந்துவான் என்று நான் இன்னும் நம்பிக்கொண்டிருக்கிறேன்; அந்த

நம்பிக்கையினாலேயே இன்னும் நான் அவனுக்கு நண்பனா யிருக்கிறேன்!'' என்றான் அவன், எங்கேயோ எட்டாத தூரத்தில் தன் பார்வையைச் செலுத்தி.

மதனா அவனை ஏற இறங்கப் பார்த்தாள்; பார்த்து விட்டுப் பெருமூச்சுடன் சொன்னாள்:

''என்ன இருந்தாலும் நீங்கள் அவ்வளவு நல்லவரா யிருக்கக் கூடாது; உங்களுக்கே அது நல்லதும் அல்ல."

இதைச் சொன்னபோது அவள் கண்களில் ஏனோ நீர் துளிர்த்தது; அதை அவனுக்குத் தெரியாமல் அவள் துடைத்துக் கொண்டாள்.

அதே சமயத்தில் அவளுக்கு அருகே இருந்த அருணாவும் திரும்பித் தன் கண்களைத் துடைக்கவே, 'என்ன அருணா, என்ன?' என்றான் மாதவன், சற்றே பதட்டத்துடன்.

அவன் இப்படிக் கேட்டானோ இல்லையோ, ''ஒன்றுமில்லை. இனிமேல் நீங்கள் இங்கே வரவேண்டாம்; வந்தாலும் எனக்கு எதிர்த்தாற்போல் நிற்க வேண்டாம்; நின்றாலும் இப்பொழுது பேசியதுபோல் எப்பொழுதும் எனக்கு முன்னால் நின்று தயவு செய்து பேச வேண்டாம்!" என்று அவள் அழுகையும் ஆத்திரமுமாகப் பொரிந்து தள்ளிக் கொண்டே தன் அலுவலகத்தை நோக்கி விறுவிறு'வென்று நடந்தாள்.

அவள் தலை மறைந்ததும், 'என்ன அவளுக்குத் திடீரென்று?' என்றாள் மதனா, ஒன்றும் புரியாமல்.

''தெரியவில்லையா, அவளும் என்னைக்காதலிக்கிறாள்' என்றான் மாதவன்.

அவள் சிரித்தாள்; 'ஏன் சிரிக்கிறாய்?" என்றான் அவன்.

“என்னிடம் எதையும் மறைக்க விரும்பவில்லையா, நீங்கள்?' என்றாள் அவள்.

'மனைவியிடம் கணவன் மறைப்பதற்கு என்ன இருக்கிறது? ஒன்றுமே இல்லை' என்றான் அவன்.

'சரி, போய் வாருங்கள்!' என்றாள் அவள்.

'அருணாவைக் கோபித்துக் கொள்ளாதே அவளையும் நான் வெறுக்கவில்லை என்று நீயே அவளிடம் சொல். அந்த அளவுக்கு வேண்டிய மனப் பக்குவத்தை ஆண்டவன் உனக்கு அருளட்டும். நாளைக் காலை நான் உன்னை அழைத்துக் கொண்டு போக இங்கே வருகிறேன்; தயாராயிரு' என்று அவன் அவளைத் திரும்பித் திரும்பிப் பார்த்துக்கொண்டே நடந்தான்.

வழியில்...

அவனுக்காகவே காத்திருந்தது போல் அவனைக் கண்டதும் எங்கிருந்தோ வந்த நீலா, "எனக்குத் தெரிந்து போச்சு, எல்லாம் தெரிஞ்சு போச்சு' என்று சொல்லிக்கொண்டே, கையில் ஒரு கடிதத்துடன் அவனைச் சுற்றிச் சுற்றி வந்து வட்டமடித்தாள்.

அத்தியாயம் : 14

உலகம் பல விதம்;
காதல் எத்தனை விதம்?...

“அட அசடே! நீ எங்கே வந்தாய், எப்படி வந்தாய்? என்ன தெரிஞ்சு போச்சு, உனக்கு? என்ன கடிதம் அது? என்னைச் சுற்றிச் சுற்றி வராதே நில்; நின்று சொல்' என்று மாதவனும் வேறு வழியின்றி நீலாவை ஒரு முறை சுற்றி வந்து கேட்டான். 'நான் ஒன்றும் அசடு இல்லை, சமர்த்துத்தான்!’'" என்றாள் அவள், அவன் எதிர்பாராத விதமாக நிமிர்ந்து நின்று.

அவளை ஒரு கணம் வியப்புடன் பார்த்துவிட்டு, “சரி, நீ சமர்த்துத்தான். எங்கே வந்தாய்? எப்படி வந்தாய்? அதைச் சொல், முதலில்!” என்றான் அவன் மீண்டும்.

"எப்படி வந்தேனா காலை சினிமாவுக்கு நீங்கள் போவதாகவும், 'நீ மட்டும் வருவதாயிருந்தால் உன்னையும் அழைத்துக் கொண்டு போகிறேன்!” என்று நீங்கள் என்னிடம் ரகசியமாகச் சொன்னதாகவும் அம்மாவிடம் ஒரு பொய் சொன்னேன். அவள் அதை அப்படியே நம்பி என்னை அவசர அவசரமாக அலங்காரம் செய்துவிட்டு, 'என் கண்ணில்லே, சமர்த்தாப் போய் வா என்றாள்; நானும் சமர்த்தா உங்களுக்குத் தெரியாமல் உங்கள் பின்னாலேயே வந்துவிட்டேன்'

'அடி என் சமர்த்தே, ஏன் வந்தாய்?"

'“ஏன் வந்தேனா? இந்தக் 'கலியான அழைப்பிதழ் இருக்கிறதே, இதுதான் உங்களுக்குப் பின்னால் என்னை வரச் சொல்லிற்று!’'" என்று தன்னிடம் இருந்த அழைப்பிதழைக் காட்டினாள் அவள். அதில் பின்வருமாறு அச்சிடப்பட்டிருந்தது:

அன்புடையீர் வணக்கம்.

5 - 1 - 73 அன்று காலை 10 மணி அளவில் சென்னையை அடுத்துள்ள திருநீர்மலையில் உள்ள பச்சை வண்ணப் பெருமாள் கோயிலில் செல்வி மதனாவை நான் மணக்க விருப்பதால், தாங்கள் அருள் கூர்ந்து வந்து எங்களை வாழ்த்தி அருள வேண்டுகிறேன்.

தங்கள்,
மாதவன்.

இதைத்தவிர அந்த அழைப்பிதழில் பெண்ணைப் பெற்றவரின் பெயரோ, பிள்ளையைப் பெற்றவரின் பெயரோ காணப்படவில்லை. இடையே பெரியோர் நிச்சயித்த வண்ணம் என்று சொல்லாமல் சொல்லிக்கொண்டு வந்து நிற்பார்களே சில பெரியவர்கள், அவர்களையும் காணவில்லை.

இதெல்லாம் ஒன்றுமில்லாமல், இன்ன தேதியில், இன்ன இடத்தில் நான் மதனாவை கலியாணம் செய்து கொள்ளப் போகிறேன்; உங்களுக்கு விருப்பமிருந்தால் வாருங்கள், இல்லாவிட்டால் போங்கள் என்பதுபோல் இருந்த அந்த அழைப்பிதழை முதல் நாள் இரவு தன் அத்தையின் வீட்டில் எதேச்சையாகக் கண்டெடுத்த நீலாவுக்கு, ஆச்சரியமாவது ஆச்சரியம், ஒரே ஆச்சரியம்!

"'இப்படியும் ஒரு கலியாணம் நடந்திருக்குமா?"' என்று அவள் முதலில் நினைத்தாள்; பிறகு, 'ஏன் நடக்காது, இந்தப் பட்டணத்தில் எல்லாம் நடக்கும்' என்றும் அவள் நினைத்தாள்.

இருந்தாலும், கொஞ்சம் சந்தேகம் அவளுக்கு; 'அம்மாவைக் கேட்டுப் பார்ப்போமா?' என்று முதலில் எண்ணினாள்; பிறகு 'ஊஹூம்' என்று தன் தலையைத் தானே ஆட்டிவிட்டு,

அப்பாவைக் கேட்டுப் பார்ப்போமா? என்று எண்ணினாள். அதற்கும் என்ன நினைத்தோ என்னவோ 'ஊஹூம்" என்று தலையை ஆட்டிவிட்டு, அத்தானைத்தான் கேட்கவேண்டும்; அதுதான் சரி என்று தனக்குத் தானே தீர்மானித்துக் கொடு, அன்றிரவு முழுவதும் தூக்கமில்லாமல் தவித்தாள்.

பொழுது விடிந்ததும் கேட்கலாமென்றால், அவனை எங்கே தனியாக இருக்க விட்டாள் அந்த அருணா? அவள் தான் விடிந்ததும் விடியாததுமாக இருக்கும்போதே வந்து அவனைப் பிடித்துக்கொண்டு விட்டாளே!

அவளைப் பார்த்ததும் 'ஒரு வேளை இவள்தான் மதனாவாயிருப்பாளோ? என்று நீலா நினைத்தாள்; பிறகு, 'அப்படியிருந்தால் அவளை ஏன் இவர் வெளியே நிறுத்தி வைத்துப் பேசப் போகிறார்? உள்ளே அழைத்து வந்து பேச மாட்டாரா?' என்றும் நினைத்தாள். அதற்குப் பின், அது எப்படி முடியும்? அந்த விஷயம் தன் மாமாவுக்கும் மாமிக்கும் தெரியவேண்டாம் என்று இவர் நினைத்திருக்கலாம். அப்படி நினைத்துத்தான் இவர் தன் திருமண அழைப்பிதழைக்கூடத் தன்னுடைய மாமாவுக்கு அனுப்பவில்லையோ, என்னவோ?' என்று நினைத்த அவள், அவர் எப்போது வெளியே புறப்படுவார்?' என்று காத்திருந்தாள். அந்தச் சந்தர்ப்பம் வாய்த்ததும் அம்மாவிடம் ஒரு பொய்யைச் சொல்லிவிட்டு, அவள் அவனுடன் புறப்பட்டு விட்டாள்

போகும்போதே தன்னைக் காட்டிக்கொண்டால் அவர் ஒருவேளை தடுக்கலாம்; அதற்குப் பின் அவரைத் தான்

தொடர்ந்து செல்வது தடைப்பட்டுப் போனாலும் போகலாம். அதைவிட தக்க சமயத்தில் அவரைத் தடுத்து நிறுத்தி, அவரிடம் தன் சந்தேகத்தைத் தீர்த்துக்கொள்வதே நல்லது!...

இந்த முடிவுக்கு வந்த அவளுக்கு, இன்னொரு வாய்ப்பும் வாய்த்தது. அதாவது, திருமண அழைப்பிதழில் கண்ட மதனாவை அவள் நேருக்கு நேராகப் பார்த்தும் விட்டாள்

இனி என்ன?...

இந்தக் கேள்வி அவள் உள்ளத்தில் எழவில்லை. எழுந்து இருந்திருந்தால் அத்தானின் திருமண அழைப்பிதழைப் பார்த்த பிறகும், அவன் தனக்கு மனைவியாக வரித்துக் கொண்டு விட்ட மதனாவை நேருக்கு நேராகப் பார்த்த பிறகும், தெரிஞ்சு போச்சு, எனக்கு எல்லாம் தெரிஞ்சு போச்சு!" என்று அவள் அவனைப் பச்சைக் குழந்தை போல் சுற்றிச் சுற்றி வந்து வட்டமடித்திருப்பாளா?...

பாவம், தன் வசீகரத்தால் வாழ்க்கையையே உயிரற்ற தாக்கிவிடும் நாகரிகம் அவ்வளவு தூரம் எட்டாத ஏதோ ஒரு பட்டிக்காட்டில் அவள் பிறந்தவள்; எதற்கும் எழுதப் படிக்கத் தெரிந்திருக்க வேண்டும்' என்பதற்காக எட்டாம் வகுப்பு வரை படித்தவள்; அதற்குள் வயதுக்கு வந்துவிட்ட காரணத்தால் பள்ளிப் படிப்புக்குத் தன் பெற்றோரால் முற்றுப்புள்ளி வைக்கப்பட்டு விட்டவள். அதற்கு மேல் அவள் படித்ததைவிட கேட்டதுதான் அதிகம். அதிலும் என்ன கேட்டாள்? 'பழைய குப்பைகள் என்று பட்டணத்து மனிதர்களால் அநேகமாக ஒதுக்கித் தள்ளப்பட்டு விட்ட பெரிய புராணக் கதைகள், ராம காதை, மகாபாரதம், இத்தியாதி, இத்தியாதி...

இவற்றிலிருந்து தான் பெற்ற அறிவைக் கொண்டு, அவள் தன்னையும் 'திலகவதியின் பரம்பரையைச் சேர்ந்தவளாக

நினைத்துக்கொண்டு தனக்குள்ளேயே தீர்மானித்துக் கொண்டது இது:

அதாவது, அவளுக்கு உலகம் தெரிந்த நாளிலேயே அவள் கணவன் அவளுடைய அத்தான் தான் என்று அவள் பெற்றோர் அவளுக்குச் சொல்லிவிட்டார்களாம்; அன்றிலிருந்தே அவன் தான் தன் மணாளன் என்று அவளும் தன் மனத்தில் அவனை வரித்துக்கொண்டு விட்டாளாம். ஆக, மதனா அவனை மணப்பதற்கு முன்னாலேயே அவள் அவனை மானசீகமாக மணந்துகொண்டு விட்டாளாம்!...

அதற்குமேல் இனி என்ன?' என்று யோசிக்க அவளுக்கு என்ன இருக்கிறது?

"ஒன்றும் இல்லை என்று நினைத்த அவள், உண்மையிலேயே அதைப் பற்றி ஒன்றும் யோசிக்காமலே இருந்து விட்டாள் "

ஆனால் அவனுக்கோ, 'இனி என்ன?' என்ற பிரச்னை இப்போதுதான் ஆரம்பாகியிருந்தது. அதிலிருந்து தப்ப வழி என்ன என்று தெரியாமல் அவன் விழித்தான்; தவித்தான்.

அவனுடைய போதாத காலம், அவன் பெற்றோர் குட்டை உடைப்பதற்கு முன்னால், அந்தச் சனியன் பிடித்த அழைப்பிதழ் அவளுக்குக் கிடைப்பானேன்? அதை எடுத்துக் கொண்டு வந்து அவள் தன்னை இப்படி மடக்குவானேன்?

ஒன்றும் புரியவில்லை அவனுக்கு, "இந்த அழைப்பிதழை நீ உன் அப்பாவிடம் காட்டினாயா?" என்றான் மெல்ல.

'இல்லை' என்று சொல்லவில்லை அவள்; "உங்களைக் கேட்காமல் காட்டுவேனா?" என்றாள், அந்தப் பழைய காலப் "பதிவிரதா தருமத்தை அப்படியே அனுசரித்து.

அதுதான் அவன் உள்ளத்தை எப்படிச் சுட்டது!

ஆனாலும் அவன் அதைச் சமாளித்துக் கொண்டு, "'அம்மாவிடம்?" என்றான் அடுத்தாற்போல்.

“ஊஹூம்.”'

அப்பாடா இப்போதைக்குப் பிழைத்தேன்' என்று எண்ணிப் பெருமூச்சு விட்ட அவன், 'சரி, வா போவோம்!” என்றான்.

'எங்கே?' என்ற அவள், “'இதைக்கூட நான் கேட்டிருக்கக்கூடாது'” என்றாள் தன் உதட்டைச் சட்டென்று கடித்துக்கொண்டு.

'கேட்டால் என்னவாம்?' என்றான் அவன்.

'அது அதிகப்பிரசங்கித்தனம் இல்லையா?" என்றாள் அவள்.

நீ அதிகப்பிரசங்கியாகவே இரு; அதுதான் இப்போதைக்கு எனக்கு நல்லது' என்ற அவன், 'இப்போது நாம் எங்கே போகப் போகிறோம், தெரியுமா? நீ உன் அம்மாவிடம் சொல்லிவிட்டு வந்த பொய்யை மெய்யாக்க' என்றான்.

"அப்படியென்றால்... '

'அசடு, அசடு! அதாவது, நிஜமாகவே நாம் சினிமாவுக்குப் போகப் போகிறோம் என்று அர்த்தம்; இப்போதாவது புரிந்ததா?' என்றான் அவன், அதற்குள்ளாவது ‘இனி என்ன?’ என்ற பிரச்னையிலிருந்து தப்ப ஏதாவது ஒரு வழி பிறக்காதா?’ என்ற எண்ணத்தில்.

அதை அவள் கண்டாளா? 'புரிகிறது. அத்தான், புரிகிறது! ஆனால் இப்போது சினிமாவுக்குப் போவதாயிருந்தால் நீங்கள் மதனாவையல்லவா அழைத்துச் செல்ல வேண்டும்?

என்னை

அழைத்துச் செல்லலாமா? அது ஏன் உங்களுக்குப் புரியவில்லை?" என்றாள்.

அதுவும் எனக்குப் புரியத்தான் செய்கிறது. ஆனால் இப்போதைக்கு உன் அம்மாவிடமிருந்து நீயும் நானும் தப்ப வேண்டுமானால் நாம் இருவரும் சினிமாவுக்குப் போவதைத் தவிர வேறு வழியில்லை' என்றான் அவன்.

அத்தியாயம் : 15

***என்ன மலிவு, இந்த யுகத்தில்
பிறரை ஏய்க்கும் பொய்களடா!...***

இனி என்ன, இனி என்ன? என்று நினைத்துக் கொண்டே வந்த மாதவன், சினிமா தியேட்டரை நெருங்கியதும் அந்த நினைப்பிலிருந்து சற்றே நழுவிக் கவுண்ட்டரில் இரண்டாம் வகுப்பு டிக்கெட்டுகள் இரண்டை வாங்கிக் கொண்டு, 'இதற்கு முன்னால் நீ ஏதாவது இங்கிலீஷ் படம் பார்த்திருக்கிறாயா?" என்றான் நீலாவை நோக்கி,

“'இல்லை'” என்றாள் அவள்.

“அப்படியானால் அதைப் பார்ப்பதற்கு முன்னால் சில விஷயங்களைத் தெரிந்துகொள்ள வேண்டுமே நீ'” என்றான் அவன்.

“"அது என்ன விஷயம்?'” என்றாள் அவள்.

"படம் பார்க்கும்போது நீ படத்தைக் கவனிக்கிறாயோ இல்லையோ, பக்கத்தில் உள்ளவர்களைக் கவனித்துக்கொண்டே இருக்கவேண்டும். அவர்கள் 'ஆஹா என்றால், நீயும் 'ஆஹா' என்று சொல்லவேண்டும். அவர்கள் ஒஹோ என்றால், நீயும் ஒஹோ என்று சொல்லவேண்டும்; அவர்கள் 'வொன்டர்புல்' என்றால், நீயும் வொன்டர்புல்' என்று வியக்க

வேண்டும்; அவர்கள் 'மார்வலஸ்' என்றால், நீயும் மார்வலஸ்' என்று மலைக்க வேண்டும்...'

"அது எப்படி முடியும்? படத்தில் இங்கிலீஷ்காரர்கள் பேசும் இங்கிலீஷ், அதை விழுந்து விழுந்து படித்தவர்களுக்கே அவ்வளவு சரியாகப் புரியாது என்பார்களே!'

"மற்றவர்களுக்கு மட்டும் அப்படியே புரிந்துவிடுகிறதா, என்ன?"

"புரியாமலா அப்படியெல்லாம் சொல்லி அவர்கள் அனுபவிக்கிறார்கள்?"

"ஆமாம் அசடே, ஆமாம்; அதுதான் இன்றைய நாகரிகம். இல்லாவிட்டால் உனக்கு ஒன்றும் தெரியாது' என்று அவர்கள் உன்னைப் பற்றி நினைத்துவிடுவார்கள்'"

"நினைக்கட்டுமே, அவர்களுக்கு ஒன்றும் தெரியாது" என்று நான் நினைத்துவிட்டுப் போகிறேன்!"

"அப்படி நினைத்தால் உன்னையும் 'நாலும் தெரிந்தவள் என்று இன்றைய நாகரிக உலகம் ஏற்றுக்கொள்ளாதே "

"ஏற்றுக் கொள்ளாவிட்டால் போகட்டும்; அந்த போலி நாகரிகமும் எனக்கு வேண்டாம்; போலிக் கௌரவமும் எனக்கு வேண்டாம்!'"

'"பின்னே, புதுமை இப்போது எதில் இருக்கிறது என்கிறாய்? அதில்தான் இருக்கிறது. உண்ணும் உணவில் போலி; உடுத்தும் உடையில் போலி, அணியும் நகையில் போலி, பேசும் பேச்சில் போலி; சிரிக்கும் சிரிப்பில் போலி; ஆனானப்பட்ட இதயத்தைக்கூட இப்போது போலி இதயமாக்கச் சில டாக்டர்கள் முயன்றுகொண்டிருக்கிறார்களே, அது தெரியாதா உனக்கு '"

"என்னவோ போங்கள், இதெல்லாம் எனக்குப் பிடிக்கவே யில்லை!"

'"பிடிக்காவிட்டால் இன்றைய சமூகத்தில் நீ வாழ முடியாது"'

"ஏன் முடியாது? நமக்காக, நம்மைப்போல் நாம் வாழ வேண்டும் என்று நினைத்தால் நன்றாக வாழலாம்; அந்த வாழ்க்கையில் நிச்சயம் அசலுக்கு இடம் இருக்கும். 'பிறருக்காக, பிறரைப் போல் வாழவேண்டும் என்று நாம் நினைக்கும்போதுதான் அசல் நம்மை விட்டு நழுவி விடுகிறது; போலி வந்து அந்த இடத்தைப் பிடித்துக் கொண்டு விடுகிறது!"

"அடி, சக்கை அசடாயிருந்தாலும் ஆழமான ஒரு கருத்தை அழகாக எடுத்துச் சொல்லி, உனக்கு நான் கட்டிய அசட்டுப் பட்டத்தை எனக்கு நீ கட்டிவிட்டாயே? பலே! என்று தன்னை மறந்து அவள் முதுகில் ஒரு ஷொட்டுக் கொடுத்தான் அவன். " "நாலு பேருக்கு நடுவே இதெல்லாம் என்ன, அத்தான்? எனக்கு வெட்கமாயிருக்கிறது' என்றாள் அவள். "

"வெட்கமாவது இதற்கெல்லாம் வெட்கப்பட்டால் நாளைக்கு நீ அந்த 'டிஷ்யூ சாரியைக் கட்டிக்கொண்டு நாலு பேருக்கு முன்னால் உலா வருவது எப்படி?"

'எந்த டிஷ்யூ சாரியை?'' "அதோ பார், அந்த நார்மணி கட்டிக்கொண்டு வருகிறாளே, அந்த 'டிஷ்யூ சாரியைத்தான் சொல்கிறேன். அது அவள் உடம்பின்மேல் இருப்பது போலவே தெரிய வில்லையல்லவா?" என்று சற்றுத் துரத்தில் வந்துகொண்டிருந்த ஒரு பெண்ணை அவளுக்குச் சுட்டிக் காட்டினான் அவன்.

"ஐயே கண்ணராவிக் காட்சியாகவல்லவா இருக்கிறது அது?" என்று முகத்தைச் சுளித்தாள் அவள். "

"கண்ணராவிக் காட்சியாவது அதுதான் இந்தக் காலத்து வாலிபர்களுக்குக் கண் கொள்ளாக் காட்சி'"

“'ஊரில் இருக்கும் வாலிபர்களுக்கெல்லாம் இவர்கள் ஏன் கண்கொள்ளாக் காட்சியாக இருக்க வேண்டுமாம்? வீட்டில் இருக்கும் தங்கள் கணவன்மாருக்கு மட்டும் இவர்கள்கண்கொள்ளாக் காட்சியாக இருந்தால் போதாதா?”

"அது எப்படிப் போதும்? இந்த உலகத்து வாலிபர்களை யெல்லாம் தங்கள் காலடியில் வந்து விழச் செய்யவேண்டும் என்பதல்லவா இந்தக் காலத்துக் கிளியோபாத்ராக்க"ளின் லட்சியம்)"

“எதற்கு?"

"யாருக்குத் தெரியும்?" '

“அவர்களுக்காவது தெரியுமா அது?” '

“தெரியாதென்றுதான் நினைக்கிறேன்"”

"வேடிக்கையாயிருக்கிறதே, நீங்கள் சொல்வது அதற்காக அவர்கள் கணவன்மார் அவர்களைக் கண்டிப்பதில்லையா?” '

“இல்லை; தங்கள் மனைவிமாரைத் தாங்கள் பார்த்து மகிழ்வதை விட, பிறர் பார்த்து மகிழ்வதைத்தான் அவர்களும் இப்போது பெறற்கரிய பெருமையாக நினைக்கிறார்கள்! ”
'“கடவுளே, கடவுளே! இதெல்லாம் அவர்களை எங்கே கொண்டு போய் விடுமோ?”' என்று வானத்தை அண்ணாந்து பார்த்தாள் அவள்.

“வேறு எங்கே கொண்டு போய் விடப் போகிறது? விட்டால் பைத்தியக்கார ஆஸ்பத்திரியில் கொண்டு போய்த் தான் விடும்!” என்றான் அவன்.

அவள் சிரித்தாள்; அவனும் சிரித்தான். இருவரும் சிரித்துக்கொண்டே தியேட்டருக்குள் நுழைந்தார்கள்.

"ஆமாம், நீங்கள் தமிழ்ப் படத்துக்கே போவதில்லையா?" என்றாள் அவள்.

'போவதுண்டு; ஆனால் வெளியே சொல்வதில்லை!" என்றான் அவன்.

"ஏனாம்?"

'சொன்னால் இந்தக் காலத்து நண்பர்கள் என்னை மதிக்க மாட்டார்கள்!'

'ஏன், அவர்கள் போவதில்லையா?" 'போவார்கள்; ஆனால் அவர்களும் அதை வெளியே சொல்லிக்கொள்ள மாட்டார்கள்!''

'நன்றாயிருக்கிறது! இது ஒருவரையொருவர் ஏமாற்றிக் கொள்வதுபோல் இல்லையா?"

'தெரிந்துதானே ஏமாற்றிக்கொள்கிறோம்? தெரியாமல் ஏமாற்றிக்கொள்ளவில்லையே!'' என்றான் அவன் சிரித்துக் கொண்டே.

'ஏன், தமிழ்ப் படங்கள் அத்தனை மோசமாகவா இருக்கின்றன?''

"ஆமாம். அந்தப் படங்களின் முதல் மோசம், முத்தக் காட்சிகள் இல்லாமல் இருப்பது; இரண்டாவது மோசம்...'

"என்ன, என்ன காட்சிகள் என்று சொன்னீர்கள்?" 'முத்தக் காட்சிகள்!'' 'ஐயையே அதைச் சொல்லவே வெட்கமாயில்லை, உங்களுக்கு?"

'கொடுப்பவர்களுக்கே வெட்கமில்லாதபோது சொல்பவர்களுக்கு ஏன் இருக்க வேண்டுமாம்?"

'அப்படியானால் இப்போது நாம் பார்க்கப்போகும் படத்தில்கூட அந்தக் காட்சிகளெல்லாம் உண்டா?

'"உண்டு; நிறைய உண்டு. படத்தின் பெயரே 'மறக்க முடியாத முத்த'மாச்சே' " "நாசமாய்ப் போச்சு எதற்கோ வந்த என்னை, எதற்கோ இங்கே அழைத்துக்கொண்டு வந்து... "
'"கவலைப்படாதே! அதெல்லாம் நிஜ முத்தங்கள் இல்லை, நடிப்புக்காகக் கொடுக்கப்படும் முத்தங்கள்' " "என்னதான் நடிப்பு என்றாலும் அதற்கும் ஒரு வரைமுறை இருக்க வேண்டாமா?"

"வேண்டாம். நடிகர்கள், நடிகர்கள் அல்லாதவர்கள் என்று இன்றைய உலகத்தில் யாரும் இல்லை. ஏனெனில், இப்போது எல்லாருமே நடிகர்களாகத்தான் இருக்கிறார்கள். படத்தில் என்ன, வீட்டில் கணவன் மனைவியைத் தழுவி முத்தமிடுகிறான்; அவன் வெளியே போனபின் பார்த்தால் மனைவியின் கை வளையல்கள் காணாமற் போய்விடுகின்றன. மனைவி கணவனைத் தழுவி முத்தமிடுகிறாள்; அவள் வெளியே போன பின் பார்த்தால் கணவனின் 'மணிபர்ஸ் காணாமற் போய் விடுகிறது. இதெல்லாம் இன்றைய நாகரிக உலகத்தில் சகஜம்!"

"ஆமாம், இவர்களே இப்படிச் செய்துவிட்டுப் பழியை யார் தலையில் போடுவார்கள்?"

'"வீட்டில் உள்ள வேலைக்காரர்கள் தலையிலோ, வேண்டாத விருந்தினர்கள் தலையிலோ போடுவார்கள். அதற்காக அவர்களை வீட்டை விட்டு வெளியேற்றவும்" செய்வார்கள்!"

'போலீஸாரிடம் புகார் செய்யமாட்டார்களா?"

'"கணவன் என்று சொல்லிக்கொள்பவரும், மனைவி என்று சொல்லிக்கொள்பவரும் ஒருவருக்கொருவர் திருடிக் கொள்ளாமல் இருந்தால் செய்வார்கள்; இல்லாவிட்டால், ஸில்லி, இதற்கெல்லாம் போய்ப் போலீஸிலாவது, புகார் செய்வதாவது நம்மைப் பற்றி, நம்முடைய அந்தஸ்தைப் பற்றிப் பிறர் என்ன நினைப்பார்கள்?' என்று சொல்லித் தங்களைத் தாங்களே ஏமாற்றிக்கொள்வார்கள்!"

'"இதுவா நாகரிகம்?"

"ஆமாம்; இந்த நாகரிகத்துக்குப் பலியாகி, இவர்களைப் போல் தாங்களும் பெரிய மனிதர்கள் வேடம் போட வேண்டும், இவர்களைப் போல் தாங்களும் ஓரிரு நாட்களாவது ஆடம்பரமாக வாழ்ந்துவிட வேண்டும் என்ற ஆசையின் காரணமாகவே சில சமயம் இவர்கள் வீட்டு வேலைக்காரர்களும், வேண்டாத விருந்தினர்களும் உண்மையாகவே இவர்களுடைய வீட்டில் திருடிவிட்டு அரசாங்க விருந்தாளிகளாகிவிடுகிறார்கள்!"

"'பாவம், பாழும் நாகரிகத்துக்கு இவர்கள் பலியாவது போதாதென்று வேலைக்காரர்களையும், வீட்டுக்கு வரும் விருந்தாளிகளையுமல்லவா பலியாக்கி விடுகிறார்கள்? வாழ்க்கையில் இதெல்லாம் மறைந்து என்றுதான் உண்மைக்கு இடம் கிடைக்கப் போகிறதோ, தெரியவில்லை! என்றாள் அவள். " "எங்கே கிடைக்கப் போகிறது? அதை இந்த உலகத்துக்கு உணர்த்த வந்த ஒரே ஒரு அரிச்சந்திரனுக்குக்கூட அன்றிருந்து இன்று வரை நாடகத்திலும் சினிமாவிலும் தானே இடம் கிடைக்கிறது? வாழ்க்கையில் கிடைக்கவில்லையே' என்றான் அவன். " அப்போது ஏதோ ஒரு 'கட் - பாடி தனியாக வந்து அவர்களுக்கு முன்னாலிருந்த 'சீட்டில் உட்கார,

அவளுக்குப் பக்கத்தில் யார் உட்காருவது?' என்ற சர்ச்சையில் இறங்கிய இரண்டு டைட் - பாண்ட்'டுகள் திடீரென்று "ஜேம்ஸ்பாண்ட்" பாணியில் 'கும், கும்' என்று குத்திக்

கொள்ள, 'கட் - பாடி' கண்கள் மட்டுமே சிரிக்க எழுந்து வாசலை நோக்கி, 'கமான் மை டியர், ஐ ஆம் ஹியர் என்று தன் மியாவ், மியாவ்' குரலில் அழைக்க, அவளுக்கென்று அவளுடன் வந்திருந்த யாரோ ஒரு தடியன் வந்து அவளுக்குப் பக்கத்தில் ஜம்மென்று உட்கார, "ஐ ஆம் வெரி சாரி, ஐ ஆம் வெரி வெரி சாரி என்று இரண்டு டைட் பாண்ட்'டுகளும் ஒன்றையொன்று பார்த்து அசடு வழியச் சிரித்துக்கொண்டே உட்கார, "அடேயப்பா என்ன அவசரம் இவர்களுக்கு?' என்றாள் நீலா.

'"இப்போது எதிலும், எல்லாவற்றிலும் அவசரம்தான்; ராக்கெட் யுகமல்லவா?' என்ற மாதவன் கைக் கடிகாரத்தைப் பார்த்துவிட்டு, "படம் ஆரம்பமாக இன்னும் பத்து நிமிஷம் இருக்கிறது; ஆளுக்கு ஒரு ஐஸ் கிரீம் சாப்பிடுவோமா?"" என்றான்.

'"இங்கேயா?"

"வேறு எங்கே சாப்பிடுவது, இங்கேயேதான்'"

"'இத்தனை பேருக்கு மத்தியிலா?"

"ஆமாம். அதோ பார், அங்கே எத்தனை பேர் அப்படிச் சாப்பிட்டுக்கொண்டிருக்கிறார்கள் என்று'"

"ஐயே அவர்கள் ஐஸ் கிரீம் சாப்பிடுவது போலவா இருக்கிறது? ஐஸ் கிரீம் சாப்பிடாதவர்களைப் பார்த்து அழகு" காட்டுவதுபோல் அல்லவா இருக்கிறது' என்றாள் அவள், மீண்டும் சிரித்துக்கொண்டே."

"'ஸ், சிரிக்காதே! அவர்கள் உன்னைப் பட்டிக்காடு' என்று சொல்லிவிடுவார்கள்!" "சொல்லட்டுமே கண்ட இடத்தில், கண்ட நேரத்தில், கண்டதை வாங்கிச் சாப்பிடும் பட்டணமாயிருப்பதைவிட நான் பட்டிக்காடாகவே

இருந்துவிட்டுப் போகிறேன்! " '"சரி, இரு என்னைத் தெரிந்தவர்கள் யாராவது இங்கே வந்து, உன்னை யார் என்று கேட்டால் அவர்களுக்கு நான் என்ன சொல்லட்டும்?'" என்று ஒரு சிக்கலான கேள்வியை அவளிடம் போட்டுவிட்டு, அவள் முகத்தை ஊடுருவிப் பார்த்தான் அவன்.

"'உங்களுக்கு எது இஷ்டமோ அதைச் சொல்லுங்கள்'" என்றாள் அவள்.

'"அதில்தானே கஷ்டமெல்லாம் இருக்கிறது! " '"என்னால் உங்களுக்கு எந்தக் கஷ்டம் வருவதாயிருந்தாலும் அதை நான் விரும்பமாட்டேன்"'

"அவள் இப்படிச் சொன்னாளோ இல்லையோ, 'அதற்காக என்னை மறந்து வேறொருவனைக் கலியாணம் செய்து கொள்ளக்கூட நீ தயாராயிருப்பாயல்லவா?"" என்றான் மாதவன் சட்டென்று பேச்சை மாற்றி.

'"நீங்கள் என்னை மறந்து மதனாவைக் கலியாணம் செய்துகொண்டது போலவா?" என்றாள் நீலா.

அதற்குள் கணகணவென்று மணி ஒலிக்க, அவர்களுக்கு எதிர்த்தாற்போலிருந்த திரை விலகிற்று.

ஆனால் அவன் எதிர்பார்த்த அவள் மனத் திரை?...

"அது விலகவில்லை"!

ஒரே ஆடலும் பாடலுமாயிருந்த அந்த ஆங்கிலப் படம் மற்றவர்களைக் கவர்ந்த அளவுக்கு நீலாவைக் கவரவில்லை. அடிக்கடி குடிப்பதும் ஆடுவதுமாயிருந்த அந்தப் படத்தின் கதாபாத்திரங்கள் ஏதோ வெறி பிடித்து ஆடுவதாகவே' அவளுக்குத் தோன்றிற்று. 'இதுவா மேல் நாட்டுக் கலை, இதுவா மேல் நாட்டு நாகரிகம்?' என்பது போல் அவள்

மூக்கின் மேல் விரலை வைத்தாள். அந்த விரலை மாதவன் மென்னகையுடன் எடுத்து அவளுடைய மடியின்மேல் விட்ட போது, அவள் மெல்லச் சிரித்தாள்; அவனும் மெல்லச் சிரித்தான்.

இடையில் வந்த 'ஆடை களைந்து ஆடும் நடனம்' ஒன்று அங்கே வந்திருந்தவர்களின் கவனத்தை மட்டுமல்ல, கண்ணையும் வெகுவாகக் கவர்ந்தது. படத்தின் கதாநாயகி ஆடிக்கொண்டே ஒவ்வொரு ஆடையாகக் களைந்து எறிந்த போது, எல்லாரும் அவளையே இமை கொட்டாமல் பார்த்துக் கொண்டிருந்தனர். நீலாவுக்கோ, கடைசியாக எஞ்சியிருந்த அந்த ஒரே ஒரு 'அண்டர் வே'ரையும் அவள் எங்கே அவிழ்த்துப் போட்டுவிடுவாளோ என்ற அச்சம்; தன்னையும் அறியாமல் மாதவனைச் சீண்டி, வீட்டுக்குப் போய் விடுவோமா?" என்றாள் அவள்.

"இதற்குள் வீட்டுக்குள் போனால் உன் அம்மாவிடம் நீ ' சினிமாவுக்குப் போகிறோம்' என்று சொல்லிவிட்டு வந்த பொய் என்ன ஆவது?" என்றான் அவன்.

"அது வேறே இருக்கிறதா? கண்ணை வேண்டுமானால் மூடிக்கொள்ளட்டுமா?"

"வேண்டாம்; நீ எதிர்பார்க்கும் கட்டத்துக்கு அவள் போக இந்தியாவில் அவளை விட்டிருக்க மாட்டார்கள்!" என்றான் அவன்.

"அப்படியென்றால்..."

"அந்தப் பகுதி ஏற்கெனவே வெட்டப்பட்டிருக்கும்!"

அதற்குள் அவர்களுக்குப் பின்னாலிருந்த ஒருவர், "ஸ், சைலன்ஸ்!" என்று இரைய, அவருக்கு அடுத்தாற்போல் இருந்த இன்னொருவர், "சீச்சீ! ஆபாசம், மகா ஆபாசம்!"

என்றார் தம் மூக்குக் கண்ணாடியை எடுத்து ஒரு முறைக்கு இரு முறையாகத் துடைத்துப் போட்டுக்கொண்டே.

"ஓய், சும்மா அளக்காதீர்! உண்மையைச் சொல்லும், நீர் எத்தனையாவது தடவையாக இந்தப் படத்தைப் பார்க்க வந்திருக்கிறீர்?" என்றார் அவருக்குப் பக்கத்தில் அமர்ந்திருந்த அவர் நண்பர்.

"உம்மைப் போல் நாலாவது தடவையாகப் பார்க்கவில்லை சுவாமி, இரண்டாவது தடவையாகத்தான் பார்க்க வந்திருக்கிறேனாக்கும்!" என்றார் இவர் ரோசத்துடன்.

"எல்லாம் எனக்குத் தெரியும், ஓய்! இந்தப் படத்தை நீர் ஆறாவது தடவையாகப் பார்க்கிறீர்! அதிலும் சும்மா பார்க்கவில்லை; 'ஆபாசம், மகா ஆபாசம்' என்று சொல்லிக்கொண்டே பார்க்கிறீர்!" என்று அவர் மானத்தை வாங்கினார் அவர்.

அதற்குள் அவர்களுக்குப் பின்னாலிருந்தும், "ஸ், சைலன்ஸ்" என்ற சத்தம் கிளம்பவே, தியேட்டரில் அமைதி நிலவியது.

"ஆஹா! இந்த அமைதி நம் கோயில்களில் நிலவினால் எவ்வளவு அழகாயிருக்கும்!" என்றாள் நீலா.

"அங்கெல்லாம் இப்படி யார் ஆடுகிறார்கள்?" என்றான் மாதவன்.

அதற்குமேல் அவர்களைப் பேசவிடாமல், "சைலன்ஸ் ப்ளீஸ், சைலன்ஸ் ப்ளீஸ்!" என்ற ரசிக மகாஜனங்களின் கூக்குரல்கள் நாலா பக்கங்களிலிருந்தும் கிளம்பவே, "பக்தி பூர்வமாக இந்தப் பாடாவதி படத்தைப் பார்ப்பவர்கள் பார்க்கட்டும்; நாம் வேறு எங்கேயாவது போய்த் தொலைவோம்; வாருங்கள்!" என்று நீலா சட்டென்று எழுந்து வெளியே

நடந்தாள்; மாதவனும் வேறு வழியின்றி அவளைத் தொடர்ந்தான்.

தியேட்டரை விட்டு வெளியே வந்ததும், 'இனி என்ன?' என்ற பிரச்னை மீண்டும் வந்து அவனைப் பற்றிக் கொண்டது. அவளுடன் நடந்துகொண்டே அவன் அதைப் பற்றி யோசித்தான், யோசித்தான், அப்படி யோசித்தான்.

பார்க்கப்போனால் மனச்சாட்சியை மதிக்காமல் வாழக் கூடியவனுக்கு அது ஒரு பிரச்னையே அல்ல; 'எனக்குப் பிடித்தவளை நான் கலியாணம் செய்து கொண்டு விட்டேன். அதற்கு மேலும் என் வாழ்க்கையில் குறுக்கிட நீ யார்? போ!' என்று அவன் அவளை எப்பொழுதோ விரட்டிவிட்டுத் தன் வழியே போயிருப்பான். பின்னால் அவள் மனம் மாறி வேறு யாரையாவது கலியாணம் செய்து கொண்டால், 'விட்டது சனியன்!' என்று தலை முழுகி யிருப்பான்; தற்கொலை செய்து கொண்டால், 'ஐயோ பாவம்! த்சொ, த்சொ!' என்று 'த்சொ' கொட்டிக்கொண்டே, தன்னையும் மீறி எரியும் தன் மனத்தை 'ஐஸ் கிரீம்' சாப்பிட்டுக் குளிர வைத்துக்கொண்டிருப்பான்!

மாதவனாலோ தன் மனச்சாட்சியை எப்போதுமே மதிக்காமல் இருக்க முடிவதில்லை . அதிலும், "நான் சின்னஞ் சிறுமியாயிருந்தபோதே, 'நீங்கள் எனக்கே எனக்கு; நான் உங்களுக்கே உங்களுக்கும்!' என்று என் பெற்றோர் மட்டுமல்ல; உங்கள் பெற்றோரும் என்னிடம் சொல்லி வந்தார்கள். அன்றிருந்தே உண்ணும் உணவில் நான் உங்களைக் கண்டேன்; உடுக்கும் உடையில் நான் உங்களைக் கண்டேன்; பேசும் பேச்சில் நான் உங்களைக் கண்டேன்; சிரிக்கும் சிரிப்பில் நான் உங்களைக் கண்டேன். சூடும் மலரிலும், விளையாடும் பொம்மையிலும்கூட நான் உங்களைக் கண்டேன், கண்டேன், கண்டுகொண்டே இருந்தேன். அப்படியெல்லாம் கண்டு, கண்டபின் என்னுடைய நெஞ்சிலேயே உங்களைக் கொண்டு, நினைவிலும் கனவிலும் இதுவரை உங்களோடு

வாழ்ந்துவிட்ட என்னால் இனி இன்னொருவருடன் எப்படி வாழமுடியும்?" என்று அவள் பேச்சுவாக்கில் கேட்டபோது, அவனால் ஏனோ அதற்குப் பதில் சொல்லவே முடியவில்லை.

ஆனால், அடிக்கடி நினைத்துக்கொள்ளும் அந்த ஒன்றை மட்டும் அவன் அப்போதும் நினைத்துக்கொண்டான். அதுதான் இது:

"இந்த உலகத்தில் 'நல்லவ'னாக வாழ்வதுதான் எவ்வளவு கடினமானது!"

அதற்காகவே சிலர் 'வல்லவ'னாக வாழ வேண்டுமென்று சொல்கிறார்கள்; அப்படியே வாழ்ந்தும் காட்டுகிறார்கள்.

ஆனால், அவர்களை நெருங்கிப் பார்த்தால்?....

கையிலிருக்கும் ஜபமாலை மட்டுமா கண்ணுக்குத் தெரிகிறது? கக்கத்தில் மறைத்து வைத்திருக்கும் கன்னக் கோலும் தெரிந்து தொலைகிறதே!

அத்தகைய வல்லவனாக வாழமுடியுமா, தன்னால்?...

முடியாத காரியம்; முடியவே முடியாத காரியம்!

இப்படியெல்லாம் யோசித்துக்கொண்டே நீலாவுடன் வந்துகொண்டிருந்த மாதவன் பஸ் ஸ்டாண்டை அடைந்த போது பகல் மணி பன்னிரண்டுக்கு மேல் இருக்கும். அப்போதும் ஸ்டாண்டில் கூட்டம் இல்லாமல் இல்லை; இருக்கத்தான் இருந்தது. ஆனால் அவர்களை வரிசைப்படுத்தி, 'க்யூ'வில் நிற்க வைக்கத்தான் அந்த நேரத்தில் ஆள் இல்லை; அதாவது, கண்டக்டர் இல்லை.

அதன் காரணமாக அங்கு வந்து நின்ற பஸ்களில் அடித்துப் பிடித்து ஏறிக் கொண்டிருந்தவர்களைக் கண்ட ஒருவர்,

"கண்டக்டர் இல்லாவிட்டால் என்ன? பஸ் வந்து நின்றதும் நமக்கு நாமே முட்டி மோதிக்கொண்டுதான் ஏற வேண்டுமா? ஒழுங்காக நின்று ஒருவர் பின் ஒருவராக ஏறினால் என்னவாம்?" என்றார்.

"அப்படித்தான் ஏறுகிறார்களே, வயதானவர்களுக்கும் தாய்மார்களுக்கும் முதலில் இடம் விட்டுவிட்டாவது ஏறுகிறார்களா என்றால், அதுவும் இல்லை!" என்றார் இன்னொருவர்.

இந்தச் சமயத்தில் அங்கே ஒரு பஸ் வந்து நின்றதோ இல்லையோ, அதுவரை அங்கே நின்று பேசிக்கொண்டிருந்த அத்தனை பேரும் தாய்மார் என்றும் பார்க்காமல், வயதானவர் என்றும் பார்க்காமல் ஒருவரையொருவர் முண்டியடித்துக் கொண்டு ஏறினார்கள்!

இந்தக் காட்சியைச் சற்றுத் தூரத்தில் நின்று பார்த்துக் கொண்டிருந்த மாதவன், "இதிலிருந்து உனக்கு ஏதாவது தெரிகிறதா?" என்று நீலாவைக் கேட்டான்.

"ஓ, தெரிகிறதே! பஸ் பிரயாணிகள் பேச்சு, பஸ் வந்தால் போச்சு!" என்றாள் அவள் சிரித்துக்கொண்டே.

"அது மட்டும் அல்ல; உபதேசம் எதுவாயிருந்தாலும், அதை உபதேசிப்பவர் யாராயிருந்தாலும், தனக்கென்று வரும்போது அதைப் பொருட்படுத்துவதில்லை என்றும் தெரிகிறதல்லவா?" என்றான் அவன்.

அவள் சிரித்தாள்; "ஏன் சிரிக்கிறாய்?" என்றான் அவன்.

"ஒன்றுமில்லை; அதே மாதிரிதான் நீங்களும் என்னைப் பொருட்படுத்தாமல் இருந்து விட்டீர்கள், இல்லையா?" என்றாள் அவள்.

"உண்மைதான்; நீ என்னை நினைத்துக்கொண்டிருந்த அளவுக்கு உன்னை நான் நினைத்துக்கொண்டிருக்கவில்லைதான்!" என்றான் அவன்.

அத்தியாயம் : 16

பெண்களாம், பெண்கள்! தங்கள் அழகால்,
அலங்காரத்தால் ஆண்களை வெறி பிடித்து

அலைய விடாத பெண்கள் என்ன பெண்கள்!...

'நீ என்னை நினைத்துக்கொண்டிருந்த அளவுக்கு உன்னை நான் நினைத்துக்கொண்டிருக்கவில்லை!'

'நீ என்னை நினைத்துக்கொண்டிருந்த அளவுக்கு உன்னை நான் நினைத்துக்கொண்டிருக்கவில்லை!'...

அவன் சொன்ன இந்த வார்த்தைகளை அவள் இதயம் மட்டும் இப்படித் திரும்பத் திரும்ப எதிரொலிக்கவில்லை; சாலையில் அப்போது ஓடிக்கொண்டிருந்த கார், பஸ் ஹாரன் சத்தங்களும், ஆட்டோ, ஸ்கூட்டர் ஆகியவற்றின் அலறல்களும், சைக்கிள் மணிகளின் 'கிண்கிணி' ஒலிகளும் கூட அப்படியே எதிரொலிப்பதுபோல் இருந்தன அவளுக்கு!

உபசாரத்துக்காகச் சொல்வதாயிருந்தால், அவர் அதைக் கொஞ்சம் மாற்றி, 'நானும் உன்னை நினைத்துக்கொண்டு தான் இருந்தேன்!' என்று இழுத்தாற்போலவாவது சொல்லியிருக்கலாம்; அதற்கும் மேலே போய்ச் சொல்வதாயிருந்தால், 'என்று உன்னைப் பார்த்தேனோ, அன்றிலிருந்து எனக்குச் சாப்பாடு இறங்குவதில்லை; தூக்கம் பிடிப்பதில்லை' என்று கூட அளந்திருக்கலாம். நல்ல வேளை, அவர் அப்படிப் பட்டவராயில்லாமல் இருப்பது தன் பாக்கியம்! இப்போதெல்லாம் 'உதடு வேறு, உள்ளம் வேறு' என்று இருப்பவர்களைத்தானே உலகமெங்கும் பார்க்க முடிகிறது? இரண்டும் ஒன்றாயிருப்பவர்களை எங்கே பார்க்க முடிகிறது?...

இப்படி நினைத்த அவள் உள்ளத்தில் உடனே எழுந்த கேள்வி இது:

'அவர் என்னை நினைக்காதபோது நான் மட்டும் அவரை ஏன் நினைத்துக்கொண்டிருந்தேன்?'

'அவர் என்னை நினைக்காதபோது நான் மட்டும் அவரை ஏன் நினைத்துக்கொண்டிருந்தேன்?'...

தன் உள்ளத்தில் அடுத்தடுத்து எழுந்த இந்தக் கேள்விக்கு அவள் கண்ட விடை இது:

'அவர் என்னை நினைக்காத போது நான் மட்டும் அவரை நினைத்துக்கொண்டிருந்தது என் தவறுதான்!'

இதையும் அவள் தனக்குள்ளேயே வைத்துக் கொள்ளாமல் அவனிடம் தெரிவித்தபோது, அவன் சொன்னான்:

"நீ என்னை நினைத்தது உன் தவறு என்றால், உன்னை நான் நினைக்காமல் இருந்தது என் தவறாக அல்லவா ஆகி விடும்?"

அவள் சிரித்தாள்; சிரித்துவிட்டுக் கேட்டாள்:

"ஆமாம், நீங்கள் ஏன் என்னை நினைக்கவில்லை?"

"உன்னுடைய அசட்டுத்தனம்தான் அதற்குப் பெரும்பாலும் காரணமாயிருந்திருக்க வேண்டும்!"

"அடக்கத்துக்குப் பெயர் அசட்டுத்தனமா?"

இப்போது அவன் சிரித்தான்; சிரித்துவிட்டுச் சொன்னான்:

"இவ்வளவு தூரம் நீ பேசுவாய் என்று நான் கொஞ்சமும் எதிர்பார்க்கவில்லை!"

"அது உங்கள் குற்றமல்ல; இதுவரை நான் உங்களுடன் இவ்வளவு தூரம் பேசாமல் இருந்தது என் குற்றம்!"

"பேசியிருந்தால் ஒரு வேளை நான் 'மதனா'வைக் காதலிக்காமல் இருந்திருக்கக் கூடும்."

"இங்கெல்லாம் காதலுக்கு அடிப்படை வெறும் பேச்சுத்தானா?"

"இல்லை. என்னைப் பொறுத்தவரை முதலில் உருவம்; அப்புறம் உள்ளம்."

"அந்த இரண்டும் என்னிடமும் இருப்பதாக இப்போதாவது தெரிகிறதா உங்களுக்கு?"

"தெரிகிறது."

"நல்ல வேளை, பிழைத்தேன்!"

"ஏன், எதற்காக?"

"உங்களுக்காக நானும் அதோ நிற்கிறாளே, அந்தப் பெண்ணைப்போல 'பிளவு'ஸைக் கொஞ்சம் மேலே தூக்கி, 'ஸாரி'யைக் கொஞ்சம் கீழே இறக்கலாமா என்று யோசித்துக் கொண்டிருந்தேன். அதற்கு இப்போது அவசியமில்லை என்று தோன்றுகிறது!" என்றாள் அவள், சற்றுத் தூரத்தில் அடி வயிற்றையும் முதுகையும் காட்டியபடி நின்றுகொண்டிருந்த ஒரு 'மினி முன்றானை'யைச் சுட்டிக்காட்டி.

"ஐயோ, வேண்டாம்! பெண்கள் தங்களுடைய ஆடை அணிகளால் ஆண்களுக்குச் சாந்தியைத்தான் அளிக்க

வேண்டுமே தவிர, வெறியை ஊட்டக் கூடாது. அது அவர்களுக்கும் நல்லதல்ல; சமூகத்துக்கும் நல்லதல்ல."

"அப்படியானால் உங்கள் கண் மட்டும் அல்ல, எண்ணமும் இன்னும் அழகாய்த்தான் இருந்து கொண்டிருக்கிறது. ஆனால்..."

"என்ன ஆனால்..."

"அவசரப்பட்டு விட்டீர்களே!"

"அது இப்போதுதானே தெரிகிறது எனக்கு!"

"ஆமாம், நீங்கள் மதனாவைக் கலியாணம் செய்து கொண்ட விஷயம் உங்கள் பெற்றோருக்குத் தெரியுமா?"

"தெரியும்."

"அப்படியானால் அவர்களுடைய சம்மதத்துடன்தான் நீங்கள் மதனாவைக் கலியாணம் செய்து கொண்டீர்களா?"

"இல்லை; அப்படி நடந்திருந்தால் அவர்கள் ஏன் என்னைத் தனியாக விட்டுவிட்டு ஊருக்குப் போயிருக்கப் போகிறார்கள்?"

"அட, கடவுளே! அது தெரியாத என் பெற்றோர், இப்போது அவர்கள் இருக்கும் ஊருக்கல்லவா போகப் போவதாகச் சொல்லிக்கொண்டிருக்கிறார்கள்!"

"போகட்டும்; அங்கே போய் அவர்களாக விஷயத்தைத் தெரிந்துகொள்ளும் வரையிலாவது நீ என்னைக் கொஞ்சம் இங்கே நிம்மதியாக இருக்கவிடேன்!"

"கவலைப்படாதீர்கள்; அந்த நிம்மதி என்னால் இன்று மட்டுமல்ல; என்றும் கெடாது."

"இப்போதைக்கு அது போதும். வா, போவோம்."

"எங்கே?"

"இதோ, நாம் போகவேண்டிய பஸ் வந்துவிட்டது!"

"சரி, வாருங்கள்."

இருவரும் மற்றவர்களைப் போலவே தாங்களும் முண்டியடித்துக்கொண்டு பஸ்ஸில் ஏறினார்கள்!

அத்தியாயம் : 17

பக்தர்கள்தான் பகவான்மீது பழியைப் போட்டுக் கொண்டிருக்கிறார்கள். இவர்களுமா?...

காலை சினிமாவுக்குத் தான் மட்டும் போகாமல் தன் மகளையும் அழைத்துக்கொண்டு போயிருக்கும் தன்னுடைய 'எதிர்கால மருமக'னை ஆவலோடு எதிர்பார்த்தவாறு வாசலுக்கும் உள்ளுக்குமாக நடந்துகொண்டிருந்தாள் 'லட்டு மாமி'.

வந்தவர்கள் மாதவனும் நீலாவும் அல்ல; மகனிடம் கோபித்துக்கொண்டு ஊருக்குப் போயிருந்த அவன் தகப்பனார் சம்பந்தமும், தாயார் சாரதாம்பாளும்தான்!

அவர்களைக் கண்டதும், "என்ன இப்படித் திடீரென்று வந்து நிற்கிறீர்கள்! நாங்களல்லவா உங்களைத் தேடிக்கொண்டு ஊருக்கு வருவதாக இருந்தோம்?" என்றாள் மாமி.

"தவறாக எடுத்துக்கொள்ளாதீர்கள்! நீங்கள் எப்போது இங்கே வந்தீர்கள் என்று விசாரிக்கக்கூட இப்போது எங்களுக்கு நேரமில்லை. எங்கே பையன், எந்த ஆஸ்பத்திரியில் இருக்கிறான்?" என்று அவளைப் பரபரப்போடு விசாரித்தாள் சாரதாம்பாள்.

"எந்தப் பையன்? ஏன் ஆஸ்பத்திரிக்குப் போனான்?" என்று அவள் ஒன்றும் புரியாமல் அவர்களைத் திருப்பிக் கேட்டாள்.

"உங்களுக்குத் தெரியாதா? மாதவன் ஸ்கூட்டர் விபத்தில் சிக்கி ஆஸ்பத்திரியில் கிடக்கிறானாமே எங்களுக்குத் தந்தியடித்த புண்ணியவான் அவன் இருக்கும் ஆஸ்பத்திரியின் பெயரைத் தெரிவிக்க மறந்துவிட்டிருக்கிறான்; அதனால்தான் நாங்கள் நேரே வீட்டுக்கு வந்தோம்" என்றார் சம்பந்தம்.

இதைக் கேட்டதும் தன்னை யாரோ தூக்கி வாரிப் போடுவதுபோல் இருந்தது மாமிக்கு; "விபத்தா! எப்போது நடந்ததாம்?" என்று திகிலுடன் கேட்டாள்.

"நேற்றிரவு நடந்திருக்கும் போலிருக்கிறது; விடியற்காலையில் தந்தி வந்தது. நாங்கள் உடனே ஒரு டாக்சியைப் பிடித்துக்கொண்டு அங்கிருந்து புறப்பட்டு வருகிறோம்" என்றாள் சாரதாம்பாள்.

லட்டு மாமிக்கு இப்போதுதான் போன உயிர் திரும்பி வந்தது போல் இருந்தது; "நேற்று இரவுதானே நடந்திருக்கும் என்கிறீர்கள்? இன்று காலையில் நடந்திருக்காதே!" என்றாள்.

அதற்குள் பொறுமை இழந்த சாரதாம்பாள், "ஐயோ! இப்படிப் பேசிக்கொண்டிருக்கவா நாங்கள் இத்தனை அவசரமாக இங்கே ஓடி வந்தோம்? அவன் எந்த ஆஸ்பத்திரியில் இருக்கிறான்? அதைக் கொஞ்சம் சொல்லேன், முதலில்!" என்று பரபரத்தாள்.

அப்போது மாதவனும் நீலாவும் சேர்ந்தாற்போல் உள்ளே நுழைய, "அதோ பாருங்கள்!" என்றாள் மாமி, பொங்கி வந்த புதுச் சிரிப்புடன்.

அவ்வளவுதான்; சாரதாம்பாள் ஓடிச் சென்று அவர்கள் இருவரையும் தாவி அணைத்துக்கொண்டு, "எதற்கு வந்தேனோ, ஏன் வந்தேனோ? நீங்கள் இருவரும் இப்படி சேர்ந்தாற்போல் வரும் காட்சியை ஒரு முறையாவது பார்க்க இந்த ஜன்மத்தில் கொடுத்து வைத்திருந்தேனே, அதுவே போதும் எனக்கு!" என்றாள்.

நீலா, மாதவனை ஓரக் கண்ணால் பார்த்துச் சிரித்தாள்; மாதவனும் அவளை அதே மாதிரி பார்த்துச் சிரித்தான்!

அதற்குள் ஆசை தீர்ந்த சாரதாம்பாள் அவர்கள் இருவரையும் உள்ளே அனுப்பிவிட்டு, "இப்போது தெரிந்து விட்டது எனக்கு, அந்தத் தந்தியை யார் அடித்திருப்பார்கள் என்று!" என்றாள்.

"எனக்கும்தான் அதைக் கொஞ்சம் சொல்லேன்?" என்றார் சம்பந்தம்.

"பகவான்தான் அடித்திருக்கிறார்! இல்லாவிட்டால் இவர்கள் இருவரையும் இப்படிச் சேர்ந்தாற்போல் பார்க்கும் பாக்கியம் நமக்குக் கிடைத்திருக்குமா?" என்றாள் அவள்.

"இப்போதுதான் அது என் ஞாபகத்துக்கு வருகிறது; அந்தத் தந்தியின் அடியில் 'பகவான்' என்றுதான் குறிப்பிட்டிருந்தது!" என்றார் அவர்.

தன் பெற்றோரின் திடீர்ப் பிரவேசத்தைக் கண்டு ஏற்கெனவே திகைப்படைந்திருந்த மாதவன், அவர்கள் 'தந்தி, கிந்தி' என்றதும் மேலும் திகைப்படைந்து, "எந்தத் தந்தியைப் பற்றி சொல்கிறீர்கள், அப்பா?" என்றான் குழப்பத்துடன்.

"விபத்துக்குள்ளானவனே இப்படிக் கேட்டால் நாங்கள் என்னடா சொல்வது?" என்றார் அவர், சிரித்துக்கொண்டே.

"விபத்தா, யாருக்கு?"

"உனக்குத்தான்! அது உனக்கே தெரியாதா? நேற்றிரவு நீ ஏதோ ஒரு ஸ்கூட்டர் விபத்தில் சிக்கிக் கொண்டாயாம்; உன்னைக் கொண்டுபோய் ஆஸ்பத்திரியில் போட்டு வைத்திருக்கிறார்களாம்; எங்களை உடனே புறப்பட்டு வரும் படி உன் நண்பன் 'பகவான்' தந்தி அடித்திருந்தானே?"

"பகவானா! என்னுடைய நண்பனா? யார் அப்பா, அவன்?"

"யாருக்குத் தெரியும், பகவானுக்குத்தான் தெரியும்!"

"தெரிந்திருந்தால் அவனுக்குத்தான் தெரிந்திருக்க வேண்டும், அப்பா! எனக்கு நிச்சயமாகத் தெரியாது. ஆமாம். நீங்கள் அந்தத் தந்தியைப் பார்த்துவிட்டுத்தான் இங்கே வந்திருக்கிறீர்களா?"

"இல்லாவிட்டால் ஏன் வருகிறோம்? நாங்கள்தான் 'சட்டி சுட்டதடா, கை விட்டதடா!' என்று போய் விட்டோமே!"

இந்தச் சமயத்தில் சாரதாம்பாள் குறுக்கிட்டு, "என்ன இருந்தாலும் நீ அப்படிச் சொல்லியிருக்கக் கூடாதுடா! அதில் எனக்கும் உன் அப்பாவுக்கும் எவ்வளவு வருத்தம் தெரியுமா?" என்றாள்.

"இருக்கலாம் அம்மா, இதுவரை எத்தனை தவறுகள் செய்திருப்பேன் நான்! அதையெல்லாம் மன்னித்த நீங்கள் இதையும் மன்னித்திருக்கக் கூடாதா?"

"இனி மன்னிக்காமல் என்ன செய்வது? நாங்கள் நினைத்தது வேறு, நடந்தது வேறு என்று ஆகிவிட்டது. அதற்கும் அந்த பகவான்தான் காரணமோ, என்னவோ?" என்றார் சம்பந்தம்.

அதுவரை அவர்கள் பேசிக் கொண்டிருந்ததைப் பொறுமையுடன் கேட்டுக்கொண்டிருந்த மாமி, "என்ன விஷயம் அது?" என்றாள் ஒன்றும் புரியாமல்.

அவள் அப்படிக் கேட்டதுதான் தாமதம், மாதவன் முகத்தைத் தொங்கவிட்டுக்கொண்டு எழுந்து வெளியே நடந்தான்.

'யார் அடித்திருப்பார்கள் அந்தத் தந்தியை?'

'யார் அடித்திருப்பார்கள் அந்தத் தந்தியை?'...

வீட்டை விட்டு வெளியே வந்த மாதவனின் உள்ளத்தில் இந்தக் கேள்விதான் அடுத்தடுத்து எழுந்து கொண்டிருந்தது. அதற்குரிய பதிலும் அவனுக்குக் கிடைக்காமற் போகவில்லை; கிடைத்தது. ஆனாலும் 'அப்படியும் இருக்குமா?' என்று ஒரு சந்தேகம்; 'ஏன் இருக்காது?' என்று அதைத் தொடர்ந்து ஒரு சமாதானம் - இப்படியாக அவன் தன் கால் போன போக்கில் நடந்துகொண்டிருந்தபோது, "வாழ்த்துக்கள்!" என்று சொல்லிக் கொண்டே வந்து அவன் கையைப் பிடித்துக் 'குலுக்கு, குலுக்கு' என்று குலுக்கினான் 'அப்கோர்ஸ் ஆனந்தன்.'

அவனை ஏற இறங்கப் பார்த்துவிட்டு, "எதற்கு?" என்றான் மாதவன்.

"இன்றிரவோடு உன்னைப் பிடித்த தலைவலி விடுகிறதாமே!"

"எந்தத் தலைவலி?"

"அதுதான், உன்னுடைய 'மாமா பட்டாள'த்தைச் சொல்கிறேன்! அவர்கள் இன்றிரவு ஊருக்குப் போய் விடுகிறார்களாமே? அதைக் கேட்க உனக்கு எப்படி இருந்ததோ என்னவோ, எனக்கு ரொம்ப ரொம்ப சந்தோஷமாக இருந்தது. பாவம், மதனா! உனக்காகத் தன்னைப் பெற்று வளர்த்தவர்களைக் கூட உதறி எறிந்துவிட்டு வந்து..."

அவன் முடிக்கவில்லை ; "ச்சூச்சூ!" என்று 'சூ' கொட்டிக்கொண்டே தன் கைக்குட்டையை எடுத்து அவன் கண்களைத் துடைத்தான் மாதவன்.

இப்போது ஆனந்தனுக்கு ஒன்றும் புரியவில்லை; தான் சொல்ல வந்ததை மேலே சொல்லாமல் நிறுத்திக் கொண்டு, "என்னடா, விளையாடுகிறாயா?" என்றான் வழக்கம்போல் அவன் தோளைத் தட்டி.

அவ்வளவுதான்; "ஆமாம், உனக்கு வாழ்க்கையே விளையாட்டாக இருக்கும்போது, உன்னைப் போன்றவர்களை உதைப்பதே எனக்கு ஏன் விளையாட்டாக இருக்கக்கூடாது?"

என்று கேட்டுக்கொண்டே மாதவன் தன் முஷ்டியை உயர்த்தி அவன் முகத்தில் ஓங்கி ஒரு குத்துக் குத்தி, காலால் அவனை எட்டி ஓர் உதை உதைத்தான். அவற்றைத் தாங்கிக்கொள்ள முடியாமல் அவன் தள்ளாடிக் கீழே விழப்போன சமயம் அவனுடைய சட்டையைப் பிடித்து இழுத்து நிறுத்தி, "தெருவில் வெறி பிடித்த நாயை அடித்துப் போடுவதுபோல் அடித்துப் போடவேண்டுமடா, உன்னை!" என்று உறுமிய படி, அவனை அடி மேல் அடித்து, ஒரு புரட்டுப் புரட்டி எடுத்தான் மாதவன்.

எதிர்பாராத இந்தத் தாக்குதலால் ஒரு கணம் நிலை குலைந்து போன ஆனந்தன், மறுகணம் தன்னைச் சமாளித்துக் கொண்டு, "ஆசை மதனாவை அழைத்துக்கொண்டு போய் நாளை நீ தொடங்கவிருக்கும் புது வாழ்வுக்கு நல்வாழ்த்துக் கூற வந்த எனக்கு நீ செலுத்தும் நன்றியா இது!" என்று அப்போதும் அவனுக்குக் கை கொடுக்கப் பார்த்தான்.

"நல்வாழ்த்துக் கூற வந்த வஞ்சக நரியே யார் அடித்தது அந்தத் தந்தியை? அதைச் சொல், முதலில்!" என்று அவன் கழுத்தைப் பிடித்து அப்படியே ஒரு தூக்குத் தூக்கிப் போட்டு, ஓர் உலுக்கு உலுக்கினான் மாதவன்.

"எந்தத் தந்தியை?" என்றான் அவன், அந்த நிலையிலும் ஏதும் அறியாதவனைப் போல.

"இன்னுமா நீ என்னை ஏமாற்றப் பார்க்கிறாய்? எனக்கு ஏதோ ஸ்கூட்டர் விபத்தென்றும், என்னைக் கொண்டு போய்

ஆஸ்பத்திரியில் போட்டிருக்கிறார்களென்றும் என் தந்தைக்கு தந்தியடித்த 'பகவான்' நீதானே?"

இதைக் கேட்டவுடன் தன்னையும் அறியாமல் 'திரு திரு'வென்று விழிக்க ஆரம்பித்துவிட்ட தன் கண்களை மறைக்க முடியாமல், "யார் சொன்னது, அருணா சொன்னாளா?" என்றான் அவன் ஆத்திரத்துடன்.

"ஏன், அவளுக்குத்தான் தெரியுமா அது?" என்றான் மாதவன், சற்றே நகைத்து.

அதற்குமேல் அவனைச் சமாளிக்க முடியவில்லை ஆனந்தனால்; "இல்லை, அந்தத் தந்தியை அவள் சொல்லித் தான்டா நான் அடித்தேன்!" என்று உளறிக் கொட்டினான்.

"இல்லாவிட்டால் அடித்திருக்க மாட்டாய்; அப்படித் தானே? எட்டிப்போடா, நாயே!" என்று அவனை ஒரு தள்ளுத் தள்ளி விட்டுவிட்டு, "போயும் போயும் உன்னைத் திருத்த முடியும் என்று நான் இத்தனை நாளாய் நம்பி யிருந்தேனே, அதைச் சொல்" என்று தன் வழியே நடந்தான் மாதவன்.

அப்படி நடந்தபோது, 'அந்த நாளிலிருந்து இந்த நாள் வரை சட்டங்களாலும் சாஸ்திரங்களாலும்கூடத் திருத்த முடியாத இவனைப் போன்றவர்களை இதற்கு மேல் என்ன செய்ய முடியும்?' என்ற ஒரு கேள்வி அவன் உள்ளத்தில் எழுந்தது.

'ஒன்றும் செய்ய முடியாது; வேண்டுமானால் இன்னும் சில சட்டங்களையும் சாஸ்திரங்களையும் உருவாக்கலாம்; அவ்வளவே!'

அந்தக் கேள்வியைத் தொடர்ந்து இப்படி ஒரு பதிலும் அவன் உள்ளத்திலிருந்தே அவனுக்குக் கிடைத்தது; சிரித்துக் கொண்டான்.

அவன் தலை மறைந்ததும் தன்னைச் சுற்றிலும் ஒருமுறை பார்த்தான் ஆனந்தன்; 'நல்ல வேளை, இங்கே தனக்குத் தெரிந்தவர்கள் யாரும் 'இல்லை!' என்று தன்னைத் தானே சமாதானம் செய்து கொண்டான். அவன் கைகள் மாதவனின் பிடியால் கசங்கிப் போன சட்டையை அவசர அவசரமாகச் சரி செய்தன. அதற்குப் பின், 'விடக்கூடாது; இனி அந்த மதனாவை விடவே கூடாது!' என்று கருவிக்கொண்டே அவன் திரும்பி நடந்தான்.

ஆனால் அவனை வெகு தூரம் நடக்க விடவில்லை அருணா; எங்கிருந்தோ ஒரு டாக்சியைப் பிடித்துக்கொண்டு வந்திருந்த அவள், அவனுக்கு அருகே அதை 'டக்'கென்று நிறுத்தி, "ஏறிக்கொள்ளுங்கள்!" என்றாள்.

"எதற்கு?" என்றான் அவன், ஒன்றும் புரியாமல்.

அவள் சிரித்தாள்; "ஏன் சிரிக்கிறாய்?" என்றான் அவன்.

"ஒன்றுமில்லை; ஏறிக்கொள்ளுங்கள்!" என்றாள் அவள் மீண்டும்.

அவன் ஏறவில்லை ; "எதற்கு, அதைத்தான் சொல்லேன்" என்றான் மீண்டும்.

"பாவம், என்னால்தானே அந்த மாதவன் உங்களை அப்படி உதைத்தான்?" என்றாள் அவள்.

அவன் திடுக்கிட்டு, "அதை நீ பார்த்தாயா?" என்றான் உடலும் உள்ளமும் ஒருங்கே கூச.

"ஆமாம், பார்த்தேன். பின்தான் அந்த உதைக்குப் பின் உங்களால் நடக்க முடியுமோ, முடியாதோ என்று இந்த டாக்சியைப் பிடித்துக்கொண்டு வந்தேன்!" என்றாள் அவள்.

இதைக் கேட்டதும் அவனுக்கு ஆத்திரம் பொத்துக் கொண்டு வந்தது. ஆனாலும் அதை வெளியே காட்டிக் கொள்ளாமல், "என்மேல் உனக்கு இவ்வளவு அனுதாபம் இருக்குமென்று நான் கொஞ்சமும் எதிர்பார்க்கவில்லை!" என்றான் சற்றே இளித்தபடி.

"அதற்காக உங்களை நான் காதலிப்பதாக நீங்கள் நினைத்துக்கொண்டு விடாதீர்கள்!" என்றாள் அவள்.

"அதை நானும் எதிர்பார்க்கவில்லை, அருணா! என்னுடைய 'பாலிசி'தான் உனக்குத் தெரியுமே? 'ஒருவனுக்கு ஒருத்தி, ஒருத்திக்கு ஒருவன்' என்ற 'போர்' அடிக்கும் வாழ்க்கையை எந்த நிலையிலும் விடாமல் கட்டிக்கொண்டு அழ விரும்புபவர்களுக்குத்தானே காதலும் கலியாணமும் வேண்டும்? எனக்கெதற்கு அதெல்லாம்!" என்றான் அவன், அலட்சியமாக.

"அதனால்தான் அந்த மாதவன் உதைத்ததைக் கூட உங்களுடைய 'பாலிசி'க்குக் கிடைத்த பரிசாக நீங்கள் ஏற்றுக் கொண்டு விட்டீர்கள் போல் இருக்கிறது!"

இதைச் சொல்லிவிட்டு அவள் மறுபடியும் சிரித்தாள், அந்தச் சிரிப்பைத் தாங்க முடியவில்லை அவனால்; "சிரிக்காதே!" என்று அவளை அதட்டிவிட்டு, "அந்தப் பரிசுக்குரிய தண்டனையை அவனுக்கு நான் அளிக்காமல் விடமாட்டேன்!" என்றான் வெஞ்சினத்துடன்.

"அப்படி என்ன தண்டனை அளிக்கப் போகிறீர்கள் அவருக்கு?" என்றாள் அவள்.

"அதைச் சொல்வதற்கு இது ஏற்ற இடமும் அல்ல; நேரமும் அல்ல!" என்றான் அவன்.

"அப்படியானால் ஏறுங்கள் டாச்சியில்; ஏதாவது ஒரு ஓட்டலுக்குப் போவோம்!" என்றாள் அவள்.

அவன் ஏறிக்கொண்டான்; டாக்சி பறந்தது!

அத்தியாயம் : 18

புனிதம் மிக்க 'ராமாயணம்' புண்ணியவான்களுக்கு மட்டுமல்ல, பாவிகளுக்குமல்லவா உதவித்

தொலைக்கிறது!...

மாடிப் பூங்காவின் ஒரு மூலைக்குப் போய் உட்கார்ந்ததும் உட்காராததுமாக இருக்கும்போதே 'சர்வ'ரிடம் ஆனந்தனைச் சுட்டிக் காட்டி, "முதலில் இவருக்கு இரண்டு ஐஸ் வாட்டர்" என்றாள் அருணா.

"போதாது; நான்கு!" என்றான் அவன்.

"அத்தனை உதையா வாங்கினர்கள்?" என்றாள் அருணா, வேண்டுமென்றே. 'அந்த அவமானத்துக்குரிய விஷய'த்தை அவனுக்கு மீண்டும் மீண்டும் நினைவூட்டி, அவனுடைய வயிற்றெரிச்சலைக் கொட்டிக் கொள்ள வேண்டுமென்பதற்காக.

"இதோ பார், அருணா! திரும்பத் திரும்ப நீ அதையே சொல்லிக்கொண்டிருந்தால் எனக்கு ரொம்பக் கோபம் வரும், ஆமாம்!" என்றான் அவன்.

"வரட்டும்; நன்றாக வரட்டும்!" என்றாள் அவள்.

"வந்து என்ன செய்ய? என்னால் நிச்சயமாக அவனைத் திருப்பி உதைக்க முடியாது!" என்றான் அவன், அத்துடனாவது அவள் தன்னை விட்டுத் தொலைக்கட்டும் என்ற நோக்கத்துடன்.

"அது எனக்கும் தெரியும்"! என்று சொல்லிவிட்டு, "அதனால் என்ன, ராமனை உதைத்துவிட்டா ராவணன் சீதையைத் துக்கிக்கொண்டு போனான்?" என்றாள் அவள். வேறு ஏதாவது

ஒரு வகையில் அவனை மேலும் தனக்குச் சாதகமாகப் பயன்படுத்திக்கொள்ள எண்ணி.

இதைக் கேட்டவுடன் அவனுக்கும் அதுவரை புலப்படாத ஏதோ ஒரு வழி புலப்பட்டதுபோல் இருந்தது. அவன் சொன்னான்:

"உண்மைதான்; ராவணனுக்கு மாரீசன் துணையாயிருந்தது போல் எனக்கும் யாராவது துணையாயிருந்தால்..."

"என்ன செய்வீர்கள், மதனாவைத் தூக்கிக்கொண்டு போய்விடுவீர்களா?"

"நிச்சயமாக!"

"தூக்கிக்கொண்டு போய் என்ன செய்வீர்கள், அசோக மரத்தடியில் சிறை வைப்பீர்களா?"

"அவளை நான் ஏன் சிறை வைக்க வேண்டும். அவன் அவளைத் தேடிக்கொண்டு வந்து மறுபடியும் என்னை உதைப்பதற்கா?"

"வேறு என்ன செய்வீர்கள், அவளைக் கொன்று விடுவீர்களா?"

"அவளை நான் ஏன் கொல்லவேண்டும்? செய்வதைச் செய்தால் அவளே தன்னைக் கொன்றுகொண்டு விடுகிறாள்!"

"ஆஹா! அந்த ஒரு காரியத்தை மட்டும் எனக்காக நீங்கள் செய்துவிட்டால்..."

அவள் முடிக்கவில்லை; "என்ன தருவாய்?" என்று அவள் முகத்துக்கு நேராகத் தன் முகத்தை நீட்டினான் அவன்.

தன்னுடைய தளிர்க் கரத்தால் அவன் முகத்தைச் சற்றே நகர்த்தி, "அதை இப்போது சொல்ல மாட்டேன்!" என்றாள் அவள், அதுவரை இல்லாத வெட்கத்தைத் திடீரென்று எங்கிருந்தோவரவழைத்துக்கொண்டு.

அதுதான் சமயமென்று அவனும் சட்டென்று அவள் கரத்தைப் பற்றி, "நீ சொல்லாவிட்டால் என்ன, நானே சொல்லட்டுமா?" என்றான் கொஞ்சம் குழைந்து.

"சொல்லுங்கள்!" என்றாள் அவளும் சற்றே நெளிந்து.

"என் நீண்ட நாள் ஆசையை ஒரே ஒரு நாளைக்காவது நிறைவேற்றி வைப்பாயா?" என்றான் அவன்.

"அவசியம் நிறைவேற்றி வைப்பேன். ஆனால் ஒரு நிபந்தனை; அது மாதவனுக்குத் தெரியக்கூடாது!" என்றாள் அவள். தான் சொல்வது பொய்யாயிருந்தாலும் அதை அவன் மெய் என்று நம்ப வேண்டுமே என்பதற்காக.

"அவன் முகத்தில் இனி யார் விழிக்கப் போகிறார்கள்?" என்று வீராப்புடன் சொன்ன அவன், தன் சட்டைப் பையிலிருந்த ஒரு 'விசிட்டிங் கார்'டை உடனே எடுத்து அவளிடம் கொடுத்து, "இந்தா, இதை வைத்துக்கொள்! இனி எனக்கும் உனக்கும் இடையே எந்த ரகசியமும் இருக்க வேண்டாம்!" என்றான் தன்னை மீறிய வேகத்தில்.

"இது எதற்கு?" என்றாள் அவள், ஒன்றும் புரியாமல்.

"இதில் உள்ள விலாசத்துக்கு நீ என்றாவது ஒரு நாள் அந்த மதனாவை இரவு நேரத்தில் அழைத்துக்கொண்டு வந்து விட்டு விட்டால்போதும், பொழுது விடிவதற்குள் அவள் தன்னைத்தானே கொன்றுகொண்டு விடுவாள்!"

அவன் இப்படிச் சொன்னதும் அவள் அந்தக் 'கார்'டை வியப்புடன் பார்த்தாள்; அதில் ஒரு முன்னாள் நீதிபதியின் வீட்டு முகவரியைத் தவிர வேறொன்றும் இல்லை.

"இது ஒரு மாஜி நீதிபதியின் மாளிகையல்லவா?" என்றாள் அவள்.

"ஆமாம், இப்பொழுதுகூட அந்த வீட்டைப் போலீசார் பார்த்தால் போதும்; அவர் வீட்டில் இருந்தாலும் சரி, இல்லா விட்டாலும் சரி, சட்டென்று இடது காலைத் தூக்கி வலது காலோடு 'டப்'பென்று ஓர் அடி அடித்து, 'சல்யூட்' வைக்காமல் போக மாட்டார்கள்" என்றான் அவன்.

"அவ்வளவு மரியாதைக்குரியவர் வீட்டில் அவள் சாவதற்கு என்ன இருக்கிறது?"

"எல்லாம் இருக்கிறது! பகலில் அது போலீசாரின் மரியாதைக்குரிய வீடாயிருந்தாலும், இரவில் அது அவர்களில் சிலருக்குப் பிடிக்காத வீடாயிருக்கும்!"

"கொஞ்சம் புரியும்படியாகத்தான் சொல்லுங்களேன்?"

"சொல்கிறேன்: வாழ்க்கையை உள்ளது உள்ளபடி அனுபவிக்க விரும்பும் என்னைப் போன்ற இளைஞர்களுக்கு அது ஒரு சொர்க்கம்; சுருக்கமாகச் சொல்லப் போனால் ஏ ஒன் நைட் கிளப்!"

"நைட் கிளப்பா?"

"ஆமாம், பம்பாய் போன்ற நகரங்களில் அது பகிரங்கமாகவே நடைபெறுகிறது; சென்னையைப் போன்ற துரதிர்ஷ்டம் பிடித்த நகரங்களில்தான் அது கொஞ்சம் இலைமறை காயாக இயங்கவேண்டியிருக்கிறது!"

"ஏன்?"

"இங்குள்ள சட்டதிட்டங்கள் அப்படி! எதையும் பகிரங்கமாகச் செய்ய இங்குள்ளவர்கள் எங்களைப் போன்றவர்களை அனுமதிப்பதில்லை; 'அழகிகள் வேண்டுமா? அக்கம் பக்கம் பார்த்துப் பிடி! ஆண் - பெண் உறவைப் பற்றிய படங்களா? ஆபத்தில்லாத நண்பர்களுடன் சேர்ந்து பார்!' என்கிறார்கள்!"

"அப்படியாவது ஒழுக்கத்தைக் காப்பாற்ற முடியுமா என்று இங்குள்ளவர்கள் பார்க்கிறார்கள்; அதில் என்ன தவறு?"

"ஒன்றா, இரண்டா? ஓராயிரம் தவறுகள்! அவற்றைப் பற்றியெல்லாம் இங்கே விரிவாகச் சொல்லிக்கொண்டிருக்க இப்போது எனக்கு நேரம் இல்லை. சுருக்கமாகச் சொல்லப் போனால், இயற்கையே மனிதனை ஒரு குறிப்பிட்ட வயதுவரைதான் இஷ்டம்போல் வாழ அனுமதிக்கிறது; அதற்குப் பின் அதுவே அவனை அப்படியெல்லாம் வாழ விடாமல் தடுத்து விடுகிறது. அதாவது, ஒழுக்கத்தைக் கட்டாயமாகக் கடைப்பிடிப்பதைத் தவிர அவனுக்கு வேறு வழியில்லாமல் செய்துவிடுகிறது. இந்த லட்சணத்தில் அதையெல்லாம் தடுக்கச் சட்டங்கள் ஏன், சாஸ்திரங்கள் ஏன் என்பதுதான் என் கேள்வி!"

"சரி, அந்தக் கிளப்பின் தலைவர் யார் என்றாவது நான் தெரிந்துகொள்ளலாமா?"

"பேஷாய்த் தெரிந்து கொள்ளலாம். மாஜி நீதிபதி சத்தியநாதன்தான் அதன் தலைவர்; அவருடைய காரியதரிசி நான்!"

"உங்கள் தலைவருக்கு இப்போது என்ன வயதிருக்கும்?"

"கிட்டத்தட்ட அறுபது இருக்கும். அதனால் என்ன, அவருடைய ஆசைக்கு இன்னும் அவ்வளவு வயது ஆகிவிடவில்லை. அத்துடன்..."

"என்ன?"

"இந்தப் பணம் இருக்கிறதே, பணம் - அது அங்கே குவிவதுபோல வேறு எங்குமே குவிவதில்லை!"

"அதனால்தான் உங்களுடைய இஷ்டத்துக்கு நீங்கள் விளையாடிக்கொண்டிருக்கிறீர்களா?"

"இல்லாவிட்டால் எனக்குக் கிடைக்கும் சுண்டைக்காய் சம்பளத்தில் என்ன செய்ய முடியும், நான்? சிகரெட் செலவுக்குக்கூடக் காணாதே அது!"

"அப்படியிருக்கும்போது நீங்கள் ஏன் அந்த வேலையை இன்னும் கட்டிக்கொண்டு அழுகிறீர்கள்?"

அவன் சிரித்தான்; "ஏன் சிரிக்கிறீர்கள்?" என்றாள் அவள்.

"என்னை யாராவது 'உங்கள் பெயர் என்ன?' என்று கேட்டால் 'ஆனந்தன்' என்று சொல்லிவிடுவேன். 'தொழில் என்ன?' என்று கேட்டால் 'காரியதரிசி, சத்தியநாதன்; நைட் கிளப்' என்று சொல்ல முடியுமா? இந்த நாட்டில் ஒருவனுக்கு ஒரு துண்டு நிலம் இருந்தால் அவன் தன்னை 'லேண்ட் லார்ட்' என்று சொல்லிக்கொள்ளலாம்; ஒரு ஐந்து ரூபா பாங்க்கில் இருந்தால் 'பாங்கர்' என்று சொல்லிக்கொள்ளலாம். என்னிடமோ இரண்டும் கிடையாது. இந்த லட்சணத்தில் சட்டத்தின் கண்களுக்கு நானும் ஒரு 'கௌரவமான பிரஜை'யாக எப்படிக் காட்சி அளிப்பது? அதற்காகத்தான் அந்த வேலையைக் கட்டிக் கொண்டு அழுகிறேன்!" என்றான் அவன்.

அவள் ஒரு கணம் மௌனமாக இருந்தாள்; மறுகணம், "எனக்குத் தோன்றவில்லை, சட்டத்துக்குக் கண்கள் இருப்பதாக எனக்குத் தோன்றவேயில்லை. உண்மையைச் சொல்லப் போனால் அது ஒரு குருடு. ஏனெனில், யாராவது கையைப் பிடித்து அழைத்துக் கொண்டு வந்தால்தான் அது வரவேண்டிய இடத்துக்கு வருகிறது; இல்லாவிட்டால் இருக்கிற இடத்திலேயே இருந்து விடுகிறது!" என்றாள் அவள், ஒரு நீண்ட பெருமூச்சுடன்.

"அதற்காக நீ அதன் கையைப் பிடித்து அழைத்துக் கொண்டு எங்கள் கிளப்புக்கு - சாரி, 'நம் கிளப்'புக்கு வந்து விடாதே; முதலில் மதனாவின் கையைப் பிடித்து அழைத்துக் கொண்டு வா!" என்றான் அவன், கடைசி மடக்குக் காபியையும் எடுத்துக் குடித்துவிட்டு.

அவள் எழுந்தாள்; அவளைத் தொடர்ந்து அவனும் எழுந்தான்.

இருவரும் கீழே வந்தார்கள்; "முடிந்தால் இன்றிரவே அழைத்துக்கொண்டு வந்துவிடட்டுமா?" என்றாள் அருணா.

"செய்; ஆனால் எந்தக் காரணத்தை முன்னிட்டும் அந்த இடத்தை மாதவனுக்கு மட்டும் காட்டிக் கொடுத்து விடாதே!" என்று அவளிடம் கண்டிப்பாகச் சொல்லிவிட்டுச் சென்றான் ஆனந்தன்.

அத்தியாயம் : 19

இந்தக் 'கவர்ச்சி யுக'த்தில் இப்படியும்ஒரு நீலாவா?–என்ன ஆச்சரியம்!...

அன்றிரவு மாதவன் வீடு திரும்பியபோது அவன் மாமா மகாலிங்கத்தின் குரல் உச்சக்கட்டத்தில் ஒலித்துக் கொண்டிருந்தது.

"ஒரு பிள்ளையை அடக்கி வளர்க்கத் தெரியாத நீரும் ஒரு ஆண் பிள்ளையா? அவன் இஷ்டத்திற்கு எவளையோ காதலித்தானாம்; அவளை இவருக்குத் தெரியாமல் அவன் கலியாணமும் செய்துகொண்டானாம். அவனை இவர் இப்போது மன்னிப்பதைத் தவிர வேறு வழியில்லையாம். என்ன, கதையா விடுகிறீர், கதை?"

"இல்லை அப்பா, அத்தனையும் உண்மை. நானே அவளை அவருடன் பார்த்தேன். பார்த்த பிறகு... பார்த்த பிறகு... "

நீலா முடிக்கவில்லை; "என்ன, சொல்லித் தொலையேன்!" என்றார் அவள் அப்பா.

"என்னைவிட அவள்தான் அவருக்குப் பொருத்தமானவள் என்று எனக்கே தோன்றிற்று, அப்பா!"

அவ்வளவுதான்; "அப்புறம் உனக்கும் எனக்கும் இங்கே என்ன வேலை? வா, போவோம்; வாடி, போவோம். இனி மேல் இந்த வீட்டுக்கும் நமக்கும் ஸ்நானப் பிராப்தம்கூட வேண்டாம்!" என்று கத்திக்கொண்டே மாமா வெளியே வர, அவரைத் தொடர்ந்து பெட்டியும் படுக்கையுமாக மாமியும் நீலாவும் வர, அவர்களை ஏறெடுத்துப் பார்க்கக்கூட வெட்கித் தலை குனிந்து நின்றான் மாதவன்.

அவனைக் கண்டதும் நீலா அவன் அருகே சென்று, “நான் வரேன், அத்தான்! நானும் என்னை அறியாமல் உங்கள் நிம்மதியை ஓரிரு நாட்கள் குலைத்திருக்கிறேன் என்று இன்று தான் எனக்குத் தெரிந்தது; அதற்காக என்னை மன்னித்து விடுங்கள்!" என்றாள்.

"நீயாவது என் நிம்மதியை ஓரிரு நாட்கள் குலைத்ததோடு நின்றாய்; நான் உன்னுடைய ஆசையையே அல்லவா நிராசையாக்கி விட்டேன்!" என்றான் அவன், தன் கண்கள் பனிக்க.

"எனக்காக நீங்கள் ஏன் அழ வேண்டும், அத்தான்? உங்களுக்காக நான்தான் அழவேண்டும்!" என்றாள் அவள், தன் கண்களில் பெருகி வந்த நீரை அவனுக்குத் தெரியாமல் துடைத்துக்கொண்டே.

அதற்குள், "அவனுக்காக அழுததெல்லாம் போதாதா, இன்னுமா அழ வேண்டும்? வாவா, வண்டிக்கு நேரமாச்சு!" என்று அவள் கரத்தைப் பிடித்து இழுத்துக்கொண்டு போனார் மாமா.

"நான் அன்றைக்கே சொன்னேன் - 'பட்டணத்துப் பிள்ளையாண்டானுக்கும் நமக்கும் ஒத்து வராது, ஊரோடு இருக்கும் என் அண்ணன் மகனுக்கே உன்னைக் கொடுத்து விடலாம்' என்று; இவர் கேட்டாரா?" என்றாள் மாமி, தன் கையை நீட்டி மாமாவின் கன்னத்தில் ஓர் இடி இடிக்காத குறையாக.

"இப்படி வந்து அவமானப்பட வேண்டுமென்று என் தலையில் எழுதி வைத்திருக்கிறதே, அது என்னை விடுமா?" என்றார் மாமா வேதனையுடன்.

இதைக் கேட்டதும் மாதவன் சட்டென்று குனிந்து அவருடைய கால்களைத் தன் இரு கைகளாலும் பற்றி, "என்னை மன்னித்துவிடுங்கள், மாமா" என்றான்.

"சரிதான், போடா!" என்று அவன் பிடியிலிருந்து தன் கால்களை விடுவித்துக்கொண்ட அவர், அந்தச் சமயம் பார்த்து அங்கே காலியாக வந்த ஒரு டாக்சியை நிறுத்தி, "ம், ஏறுங்கள்!" என்று தன் மகளையும் மனைவியையும் பின் சீட்டில் ஏற்றிவிட்டு, தான் முன் சீட்டில் ஏறி உட்கார்ந்து கொண்டு, "போ, எழும்பூருக்கு!" என்றார்.

டாக்சி பறந்தது. நீர் மல்கும் கண்களுடன் அதையே பார்த்துக்கொண்டு நின்ற மாதவனுக்கு பின்னால் வந்து நின்ற அவன் அப்பா, "எதையும் செய்வதற்கு முன்னால் யோசிக்காமல் செய்த பின்னால் யோசித்து என்ன பிரயோசனம்? ஆனது ஆச்சு, போனது போச்சு; மாமாவுக்குப் பயந்து அந்த மதனாவைக் கொண்டுபோய் எங்கே வைத்திருக்கிறாயோ என்னவோ, இப்போதே போய் அவளை இங்கே அழைத்துக் கொண்டு வந்துவிடு!" என்றார்.

"ஆமாம், பெண் பாவம் பொல்லாதது. அந்தப் பாவத்தில் நானும் பங்கு கொள்ள வேண்டுமா, என்ன? போய், அவளை இப்போதே அழைத்துக் கொண்டு வந்து விடு!" என்றாள் அம்மாவும் அவருடன் சேர்ந்து.

மாதவன் மௌனமாகத் திரும்பி, அவர்கள் இருவருடைய பாதங்களையும் தொட்டு வணங்கிவிட்டு நடந்தான்.

அங்கே....

அருணாவையும் மதனாவையும் ஏற்றிக்கொண்டு அப்போதுதான் ஒரு டாக்சி கிளம்பிக் கொண்டிருந்தது.

'இந்த நேரத்தில் இவர்கள் எங்கே போகிறார்கள்?'...

அதற்கு மேல் யோசிக்கவில்லை அவன்; "மதனா! மதனா!" என்று கூவி அவளை அழைத்தபடி, "ஓல்டான், ஓல்டான்" என்றான் கையைத் தட்டு தட்டென்று தட்டி,

மதனாவின் காதில் அவன் குரல் விழவில்லையோ என்னவோ, அவள் அவனைத் திரும்பிப் பார்க்கவில்லை; அருணாதான் திரும்பிப் பார்த்தாள்.

அதைக் கவனித்த மாதவன், "அருணா! ஓ, அருணா" என்று அவளையும் சேர்த்து அழைத்தபடி, "ஓல்டான், ஓல்டான்!" என்றான்.

பலன்? - வண்டி நிற்கவில்லை . மாறாக, அதன் வேகம்தான் வர வர அதிகரித்தது!

'இந்த அருணா ஏன் இப்படி நடந்துகொள்கிறாள்? மதனாவை இவள் எங்கே அழைத்துச் செல்கிறாள்?'...

ஒன்றும் புரியவில்லை மாதவனுக்கு; நின்ற இடத்தையே ஒரு கணம் சுற்றிச் சுற்றி வந்தான். மறு கணம் சாலையோரத்தில் இருந்த தெரு விளக்கு ஒன்று 'இதோ பார்!' என்பது போல் தனக்குக் கீழே கிடந்த ஒரு 'விசிட்டிங் கார்'டை அவனுக்குக் காட்டிக் கொடுத்தது; குனிந்து அதை எடுத்தான்.

ஒரு பக்கத்தில் முன்னாள் நீதிபதி சத்தியநாதனின் வீட்டு முகவரி; இன்னொரு பக்கத்தில் ஆனந்தனின் கையெழுத்து...

'அப்படியும் இருக்குமா?'...

அதைப் பார்த்ததும் இப்படி ஒரு கேள்வி அவன் உள்ளத்தில் எழுந்தது.

அதற்கு மேல் அவன் தயங்கவில்லை; தாமதிக்க வில்லை. அவனும் ஒரு டாக்சியைப் பிடித்துக்கொண்டு தனக்கு முன்னால் செல்லும் டாக்சியை விரட்டி மடக்கி நிறுத்தச் சொன்னான். ஆனால் அந்த டாக்சியை விரட்டிப் பிடிப்பது அவ்வளவு சுலபமாயில்லை!

அத்தியாயம் : 20

வாழ்க்கையை ஒட்டி சினிமா இருக்க வேண்டுமாம், சினிமா! ஏன், சினிமாவை

ஒட்டிவாழ்க்கை இருந்தால் என்னவாம்?...

சிறிது நேரம் சினிமாவில் 'கார் சேஸிங்' நடப்பது போல 'டாக்சி சேஸிங்' நடந்த பிறகு, புற நகர்ப் பகுதி ஒன்றில் இருந்த ஒரு பெரிய பங்களாவுக்குள்ளே அருணாவும் மதனாவும் சென்ற டாக்சி நுழைந்தது; அதைத் தொடர்ந்து மாதவனும் செல்வதற்குள் அந்த டாக்சியும் அதில் ஏறி வந்தவர்களும் மாயமாய் மறைந்தார்கள்!

சாலைக்கும் வாசம் செய்யும் இடத்துக்கும் நடுவே நீண்ட இடைவெளி விட்டுக் கட்டப்பட்டுள்ள எத்தனையோ வீடுகளை மாதவன் அதற்கு முன்னால் பார்த்திருக்கிறான்; அவை அமைதியின் இருப்பிடங்களாக இருக்கும் என்றும் அவன் நினைத்திருக்கிறான். ஆனால் அதே முறையில் கட்டப்பட்டு, அவன் கண்டெடுத்த 'விசிட்டிங் கார்'டால் அவனை அழைக்காமல் அழைத்திருந்த அந்த வீடு...

அமைதியின் இருப்பிடமாக இல்லை; ஆசாபாசத்தின் இருப்பிடமாக, ஆபாசத்தின் இருப்பிடமாக இருந்தது!

பல நாட்டு வாத்தியங்களின் வெறியூட்டும் இசை நயத்தோடு சில அறைகளில் குடி; சில அறைகளில் சீட்டாட்டம்; இன்னும் சில அறைகளில் பிறந்த மேனியாக ஒருத்தி நின்று ஆடிக்கொண்டிருக்க, அவள் அழகையும் ஆட்டத்தையும் பார்த்து ஆரவாரத்துடன் ரசித்துக் கொண்டிருந்தார்கள் அறுபது வயதை எட்டிப் பிடித்துக் கொண்டிருந்த ஆடம்பரதாரிகள் சிலர்!

அவர்கள் இந்த நாட்டின் சராசரி மனிதர்களாகவும் இருக்கவில்லை; சமூகத்திலேயே அந்தஸ்து மிக்க அதிகாரிகளாக, அதிபர்களாக, படித்தவர்களாக, பண்பின் பாதுகாவலர்களாக இருந்தார்கள்!

அவர்களில் சிலர் வெளியே அறம் வளர்ப்பவர்கள்; ஆலயத் திருப்பணி செய்பவர்கள்; 'அன்பர் பணி செய்யவென்னை ஆளாக்கி விட்டுவிட்டால் இன்பநிலை தானேவந் தெய்தும் பராபரமே!' என்று பாடும் வாய் தேனூறப் பராபரத்தை வேண்டுபவர்கள்!

'உண்மையான உலகம் எங்கே இருக்கிறது? அது வெளிச்சத்தில் இல்லை; இருட்டில்தான் இருக்கிறது!' என்பதை மாதவன் அன்றுதான் முதன்முறையாகக் கண்டான். கண்டதும், "இம்மாதிரி இடங்களைப் பற்றித்தான் 'இருட்டறையில் உள்ளதடா உலகம்' என்று பாவேந்தர் பாரதிதாசன் பாடினாரோ?" என்று நினைத்தான்.

அந்த இருட்டுலகில் அவன் கண்கள் மதனாவைத் தேடி அலைந்தபோது, யாரோ ஒருவன் மேல் மூச்சுக் கீழ் மூச்சு வாங்கத் தன்னிடம் வசமாக வந்து அகப்பட்டுக் கொண்டுவிட்ட ஒரு பெண்ணைப் பலவந்தப்படுத்துவது போலவும், அவள் "விடுடா நாயே, என்னை விடுடா!" என்று அவன் பிடியிலிருந்து திமிறிக் கைக்குக் கிடைத்ததை எடுத்து அவனை மொத்துவது போலவுமான ஒலிகள் அவன் காதில் விழுந்தன; அந்த ஒலிகளை நெஞ்சம் பதற, நினைவு தடுமாற அவன் உற்றுக் கேட்டான். சந்தேகமேயில்லை; அது மதனாவின் குரல்தான்! அவளைப் பலவந்தப்படுத்துபவன் யாராயிருக்கும்? - ஒருவேளை ஆனந்தனாயிருக்குமோ?...

இருக்காது; அவனுக்கு ஏது அவ்வளவு தைரியம்?

அந்த ஒலிகளுக்கிடையே யாரோ ஒருத்தி சிரிக்கும் ஒலிகூடக் கேட்கிறதே, அது யாருடைய சிரிப்பொலியாயிருக்கும்? - அருணாவின் சிரிப்பொலியாயிருக்குமோ?...

தேடி சிவாங்கத் தன் பெண்ன அதையும் உற்றுக் கேட்டான் அவன் - ஆம், அது அவளுடைய சிரிப்பொலியேதான்!

என்னதான் ஒருவருக்கொருவர் பிடிக்காமற் போகட்டும்; என்னதான் ஆசாபாசங்களுக்கு உள்ள கட்டும். மனிதர்கள் இப்படியும் மிருகங்களாக மாறுவதுண்டா?...

இது புதிய அனுபவமாயிருந்தது அவனுக்கு.

கோழையையும் கொதித்தெழச் செய்யும் அந்த ஒலிகளைக் கேட்டபின் அவனால் சும்மா இருக்க முடியுமா? தன்னை யார் கவனிக்கிறார்கள், யார் கவனிக்கவில்லை என்பதைக் கூடப் பொருட்படுத்தாமல் அவன் அங்குமிங்கும் ஓடினான்; அவர்கள் இருந்த அறையைத் தேடினான். பல அறைகள் கொண்ட அந்த பங்களாவில் அவர்கள் இருந்த அறையைக் கண்டு பிடிப்பது அவ்வளவு எளிதாயில்லை!

எங்கே சென்றாலும், எங்கே நின்றாலும் அந்த ஒலிகள் அவனுக்கு அருகிலேயே ஒலிப்பனபோல் ஒலித்தனவே தவிர, அவற்றுக்குரிய அறையை அவனால் என்ன முயன்றும் கண்டுபிடிக்கவே முடியவில்லை!

'இப்படியும் ஒரு வீடா, இப்படியும் தனக்கு ஓர் அனுபவமா? இன்னும் கொஞ்ச நேரம் இங்கே இருந்தால் தனக்குப் பைத்தியமே பிடித்துவிடும்போல் இருக்கிறதே!' என்று நினைத்துக்கொண்டே அவன் சுற்றுமுற்றும் பார்த்த போது, சற்றுத் தூரத்தில் ஒரு 'டீபா'யின் மேல் வைக்கப் பட்டிருந்த 'போன்' அவன் கண்ணில் பட்டது. அதைப் பார்த்ததும் அவன் என்ன நினைத்தானோ என்னவோ, ஒரே தாவில் அந்த இடத்தைத் தாவி அவன் முதல் காரியமாகப் போலீஸ்

உதவிக்குப் போன் செய்தான். அதே சமயத்தில் அவனுக்கு எதிர்த்தாற் போலிருந்த ஓர் அறையின் கதவைத் திறந்து கொண்டு ஆனந்தன் அருணாவுடன் வெளியே வந்து நின்று விழிக்க, அவர்களைத் தொடர்ந்து வந்த மதனா, ஓடோடிச் சென்று மாதவனைக் கட்டித் தழுவிக்கொண்டு, "வந்து விட்டீர்களா? இந்தக் கடைசி நிமிஷத்திலாவது என்னைக் காப்பாற்ற வந்து விட்டீர்களா?" என்று படபடத்தாள்!

அவளை ஓர் உதறு உதறித் தள்ளிவிட்டு, "உன்னை யார் இந்த அருணாவுடன் இந்த நேரத்தில் இங்கே வரச் சொன்னது?" என்று உறுமினான் மாதவன்.

"அருணா இங்கே வரப்போவதாக எங்கே சொன்னாள்? எங்கேயோ, யாருக்கோ நடந்த கலியாணத்திற்கு ரிசப்ஷன் இங்கே என்று சொல்லியல்லவா அவள் என்னை இந்த 'நரக'த்துக்கு அழைத்துக்கொண்டு வந்தாள்?" என்றாள் மதனா.

மாதவன் நகைத்தான்; நகைத்துவிட்டுச் சொன்னான்:

"என்னை அடைய முடியாவிட்டாலும் என் நினைவிலேயே காலமெல்லாம் வாழ்ந்துவிட முடிவு செய்திருந்தவளல்லவா அருணா! அவளால் இதைத் தவிர வேறு என்ன செய்திருக்க முடியும்?"

அருணா திகைத்தாள்; திகைத்துவிட்டுச் சொன்னாள்:

"என்னை மன்னியுங்கள்; இதைக்கூட நான் உங்களை அடைவதற்காகத்தான் செய்தேன்!"

இப்படிச் சொன்னவள் சொன்னதோடு நிற்கவில்லை; ஓடி வந்து அவன் கால்கள் இரண்டையும் தன் கைகளால் பற்றிக் கண்ணீரால் அவற்றை நனைத்தாள்.

"விடு காலை, இனி என் முகத்தில் கூட விழிக்காதே!" என்று அவள் பிடியிலிருந்து தன் கால்களை விடுவித்துக் கொண்ட மாதவன், மதனாவை அழைத்துக்கொண்டு தடதடவென்று மாடிப் படிகளில் இறங்கினான்.

அப்போது, "எல்லாம் உன்னால் வந்த வினை! நீ மட்டும் அந்த 'விசிட்டிங் கார்'டை அங்கே தவறவிடாமல் இருந்திருந்தால் அந்தப் பயல் இங்கே வந்திருக்க முடியுமா? அந்த மதனாதான் என்னிடமிருந்து தப்பியிருக்க முடியுமா?" என்று ஆனந்தன் அருணாவிடம் சொல்வது அவன் காதில் விழுந்தது!

அதற்குள் 'திபு திபு'வென்று அந்த 'சொர்க்கபுரிக்'குள் நுழைந்த போலீசார், "யார் எங்களுக்குப் போன் செய்தது?" என்று தங்களுக்கு எதிரே வந்த மாதவனைக் கேட்க, "நான் தான் ஒரு காலத்தில் நீதிக்கு அதிபதியாயிருந்தவர் வீட்டில் இன்று நடந்துகொண்டிருக்கும் அநீதிகளை நீங்களே போய்ப் பாருங்கள்!" என்று அவர்களிடம் சொல்லிவிட்டு அந்த இடத்தை விட்டு வெளியேறினான் அவன்.

வழியில், "இனி அருணாவும் ஆனந்தனும் என்ன ஆவார்கள்?" என்று மாதவனைக் கேட்டாள் மதனா.

"அவர்கள் என்ன ஆவார்களோ என்னவோ, 'நாம் என்ன ஆனோம்?' என்று தெரியாமல் இந்நேரம் என் அம்மாவும் அப்பாவும் வேதனையால் துடித்துக் கொண்டிருப்பார்கள். எல்லாம் நமக்கு நாமே செய்து கொண்ட சுயம்வரத்தால் வந்த வினை!" என்றான் மாதவன் அலுப்புடன்.

"அதனால்தான் அந்த நாளில் சுயம்வரம் கூடப் பெற்றோருக்குத் தெரிந்தே நடந்துவந்தது போலிருக்கிறது!" என்ற மதனா, "அது சரி, நம்மை ஏற்றுக்கொள்வதாக உங்கள் பெற்றோர் சொல்லிவிட்டார்களா?" என்றாள் அந்த நிலையிலும் ஆர்வத்துடன் அவனுடைய தோள்களைப் பற்றி.

“அதற்கும் காரணமாயிருந்தவர்கள் அருணாவும் ஆனந்தனும் தான். அவர்கள் நம்மைப் பிரித்து வைப்பதற்காக என் அப்பாவுக்குக் கொடுத்த ஒரு பொய்த் தந்தி, நம்மை சேர்த்து வைப்பதற்கு உதவியிருக்கிறது!” என்றான் அவன்.

“பாவம், இனி அந்த அருணாவும், நீலாவும்...”

மதனா முடிக்கவில்லை; “அவர்கள் இருவருமே நம் அனுதாபத்துக்கு உரியவர்கள்தான். ஆனால் வாழும் முறையால், அருணா பேயாகியிருக்கிறாள்; நீலாவோ தெய்வமாகியிருக்கிறாள். நம்மால் அவர்கள் இருவரைப் போல ஆக முடியவில்லை; அதனால் சாதாரண மனிதர்களுக்கு உரிய சகல பலவீனங்களுடனும் நாம் இன்று நம் வாழ்க்கைப் பயணத்தைத் தொடரப் போகிறோம்!” என்றான் மாதவன்.

முற்றும்

★★★

www.ingramcontent.com/pod-product-compliance
Lightning Source LLC
LaVergne TN
LVHW010942051026
849532LV00003B/1093
* 9 7 8 8 1 9 8 3 9 6 6 0 0 *